अद्भूत सजीवसृष्टी

दिलीपराज प्रकाशन प्रा. लि.™
२५१ क, शनिवार पेठ, पुणे -४११०३०

दिलीपराज प्रकाशनाची सर्व पुस्तके आता आपण *Online* खरेदी करू शकता.
आमच्या **Website** ला कृपया अवश्य भेट द्या. **www.diliprajprakashan.in**

दूरध्वनी क्रमांक (फॅक्ससहित)- २४४७१७२३, २४४८३९९५, २४४९५३१४

info@diliprajprakashan.in

अद्‌भूत सजीवसृष्टी

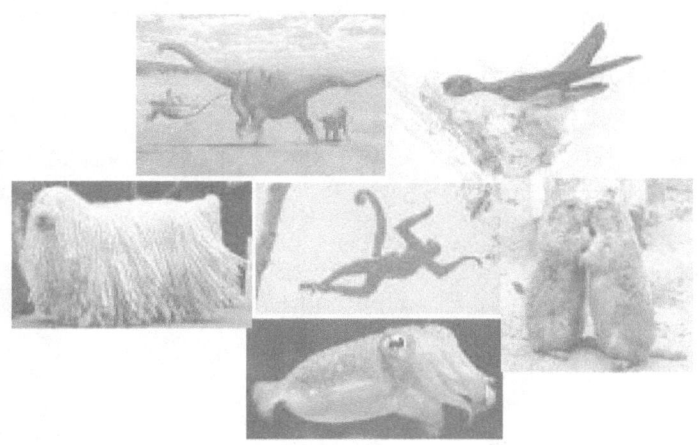

प्रा. अनिल दांडेकर

दिलीपराज प्रकाशन प्रा. लि.^{TN}

२५१ क, शनिवार पेठ, पुणे - ४११०३०

अद्भुत सजीवसृष्टी / Adbhut Sajivshrushti

ISBN - 978 - 93 - 82988 - 53 - 3

प्रकाशक । राजीव दत्तात्रय बर्वे । मॅनेजिंग डायरेक्टर दिलीपराज प्रकाशन प्रा. लि.।
२५१क, शनिवार पेठ, पुणे ४११०३०

© प्रकाशकाधीन

प्रकाशन दिनांक : २९ सप्टेंबर २०१३

प्रकाशन क्रमांक : २०७५

मुद्रक ।   Repro India Ltd,
            Mumbai.

टाईपसेटिंग । सौ. मधुमिता राजीव बर्वे
पितृछाया मुद्रणालय, ९०९ रविवार पेठ. पुणे ४११००२

मुखपृष्ठ । हेमंत देशपांडे

माझ्या लेखांचा अनमोल संग्रह
सुरक्षित ठेवल्याबद्दल
सौ. अनुपमा, अमित, स्वाती, अपूर्वा यांना
प्रेमपूर्वक अर्पण

- अनिल बाबा

प्रस्तावना

श्रीमान अनिलराव दांडेकर सरांना मी गेली ५०-५५ वर्षे ओळखतो आहे. एक धडपडे, रुळलेल्या वाटेवरून न जाणारे, अखंड उत्साही व्यक्तिमत्त्व म्हणून त्यांची मला ओळख आहे.

दांडेकर सरांनी अध्यापन हे आपलं ध्येय मानलं. पुण्यातील नू. म. वि. प्रशालेसारख्या नामवंत शिक्षणसंस्थेत त्यांनी तळमळीनं शिकवण्याचं काम तर केलंच, पण वृत्तपत्रे आणि इतरही प्रसिद्धिमाध्यमांच्या मदतीने जनसामान्यांपुढे अनेक विषय रंजक पद्धतीने सादर केले. आजवर त्यांनी भूगोल-विज्ञान-निसर्ग-सजीवसृष्टी अशा अनेक विषयांचा परिचय आपल्या लिखाणातून आणि भाषणांमधून करून दिला. सिम्बॉयोसिस या संस्थेच्या स्थापनेत त्यांचा मोलाचा सहभाग होता. अमेरिकेतील नॅशनल जिओग्राफिक या जगप्रसिद्ध संस्थेच्या निमंत्रणावरून ते त्या संस्थेला भेट देऊन आले. पुण्यातून एव्हरेस्ट मोहीमेवर निघालेल्या धाडसी गिर्यारोहकांना आर्थिक मदत मिळवून देण्यासाठी प्रचंड धडपड केली. अक्षरश: घरोघरी फिरून, लहान-मोठ्या देणग्या मोहिमेसाठी मिळवल्या. अंदमानवरील त्सुनामीच्या आपत्तीची साद्यंत माहिती मिळवून, त्या भागाला प्रत्यक्ष भेट देऊन मिळालेली माहिती शाळा-महाविद्यालये आणि अनेक संस्थांमध्ये जाऊन तिथे ती सादर केली. त्यांच्या धडपडीची आणि विषयांची विविधता कळावी, एवढ्यासाठीच ही मोजकी उदाहरणे घेतली आहेत. प्रत्यक्षात त्यांचं काम त्यातूनही व्यापक आहे.

एकविसाव्या शतकात विज्ञान आणि निसर्गविज्ञान हे आपल्या दैनंदिन जीवनाचा भाग झालेला असले, तरीही त्यांतील अनेक विषय-उपविषय आपल्याला सखोल परिचित नसतात. ही उणीव लक्षात घेऊनच त्यांची विज्ञानरंजन, अद्‌भुत सजीवसृष्टी, अफलातून जलचरसृष्टी, चौकस सफर वसुंधरेची— ही चार नवी

पुस्तके आपल्यापुढे आणली आहेत. त्या विषयांची क्लिष्टता जाणवू न देता, सर्व माहिती पुरेशा तपशिलांवर आपल्यापुढे आणण्याचे त्यांचे कसब त्यातून दिसून येते.

त्या विषयांचा सर्वसामान्यांच्या जीवनात थेट संबंध येत नसला, तरीही त्या विषयाशी आपण व्यक्तिश: आणि समाजाचा एक घटक म्हणून कसे निगडित आहोत, हे त्यांनी उत्तम प्रकारे दाखविले आहे. त्या विषयांमध्ये अनेक सजीव आणि निर्जीव घटकांचा संबंध आला आहे. तरीही हे सारे लिखाण फार कंटाळवाणी लांबड न लावता पुस्तकाच्या २-४ पानांत आकर्षक पद्धतीने त्यांनी मांडले आहे. सर्व पुस्तकांत तीस पस्तीसहून अधिक विषय-उपविषय समाविष्ट असल्याने, एखाद्या विषयाबद्दल आपली नावड असेल तर तेवढी २-४ पानं सोडून आपण आपलं वाचन पुढे चालू ठेवू शकतो. अर्थात, श्रीमान अनिलरावांची हातोटी अशी की, असा एखाद्याच्या नावडीचा विषयही त्यांनी असा खुलवून सांगितला आहे की, वाचक तो वाचून मगच पुढची पानं उलटेल.

– प्र. के. घाणेकर

मनोगत

माझ्या वैयक्तिक जीवनांतील १९६८-६९ हा काळ दिशादर्शक ठरला. महाविद्यालयीन विज्ञान पदवी अभ्यासक्रम पूर्ण झाल्यानंतर पुढे कोणती वाटचाल करायची, या विचारात गुरफटलो होतो. 'युथ ऑर्गयझेशन' नावाच्या सामाजिक-सांस्कृतिक विचारप्रवाहांचा ऊहापोह, कृती, विचारसत्रे घेणाऱ्या 'ॲक्टिव्ह ग्रुप'च्या संपर्कात आलो. समाजातील अनेकविध समस्या, विचारप्रवाह, अन्याय इत्यादींची तोंडओळख होऊ लागली. बिहारमधील भयानक दुष्काळ, लोकनेते जयप्रकाश नारायण यांची युवकांना हाक, स्वयंसेवकांची प्रत्यक्ष तेथे जाऊन कार्य करण्याची गरज—या सगळ्याने मन भारावून गेले. युथ ऑर्गनायझेशनच्या पहिल्या तुकडीत फर्ग्युसन महाविद्यालयाचा 'रिप्रेझेंटेटिव्ह' म्हणून गया प्रांतातील 'रजौली' भागात स्वयंसेवकाचे कार्य महिनाभर केले. त्या कालखंडात जमीनदारी, गरीब-श्रीमंत शेतकरी, अन्याय, सामाजिक व्यथा इत्यादी विविध अंगांचे दर्शन झाले. जगाकडे पाहण्याची, अनुभव घेण्याची दृष्टी आणि वृत्ती आत्मसात झाली.

बिहार येथील अनुभव आणि विचार यामुळे लिखाणाचे बीज पेरले गेले. त्या सुमारास प्रसिद्ध झालेल्या 'मानव चंद्रावर उतरणार' या विलक्षण बातम्यांनी भारावून गेलो. त्या विषयावरील माहिती संकलित करण्याचा सपाटा लावला. 'स्वराज्य' मध्ये 'अंतराळवीर पृथ्वीवर तयार केले जातात' या मथळ्याचा माझा पहिलावहिला वैज्ञानिक लेख १९६९ च्या जुलै महिन्यात प्रसिद्ध झाला आणि विख्यात नू. म. वि. प्रशालेत विद्यार्थ्यांसमोर भाषण करण्याची संधी मिळाली.

नू. म. वि. प्रशालेच्या जगाशी तोंडओळख, तेथेच विज्ञान अध्यापकाची नोकरी... रसरशीत जिवंत, हुषार, प्रेमळ विद्यार्थी आणि स्नेही अध्यापक, कर्तबगार मुख्याध्यापक, संपन्न ग्रंथालय यांच्या सहवासातील तब्बल बावीस वर्षांचा सलग 'सोनेरी-सुगंधी' कालखंड वैयक्तिक आयुष्यात अविस्मरणीय ठरला. चिकित्सक-

ज्ञानपिपासू विद्यार्थी आणि समाज व प्रबोधन करण्याच्या सुप्त हेतूने वृत्तपत्रीय लिखाणाचा छंद जडला.

विज्ञान, भौगोलिक घडामोडी, आश्चर्ये, प्राणी, वनस्पती, क्रीडाप्रकार, मुलाखती, प्रवासवर्णने, पुस्तक परीक्षणे—अशा विविध विषयांवर प्रामाणिकपणे लिहीत गेलो. असंख्य विद्यार्थी, स्नेही, ज्ञात-अज्ञात वाचक, मार्गदर्शक, संपादक यांच्या अमोल पाठिंब्यामुळे हजारभर लेख सहजपणे प्रसिद्ध झाले.

लेखांच्या कात्रणांचा संग्रह काटेकोरपणे करीत राहिलो. कात्रणांच्या वह्या त्रासदायक वाटू लागल्या. वयोमानामुळे कागदही जर्जर होऊ लागले. ऑगस्टमध्ये माझा एक चाणाक्ष, मनमिळाऊ विद्यार्थी डॉ. मंदार परांजपे कामानिमित्त घरी आला होता. माझ्या लेखांचा पसारा पाहून त्याने काही वह्यांवर कटाक्ष टाकला. "सर, या लेखसंग्रहाचे आता काय करणार आहात?" या त्याच्या प्रश्नावर माझ्याकडे काहीच उत्तर नव्हते.

मंदारने त्याचे स्नेही दिलीपराज प्रकाशनाचे श्री. राजीव बर्वे यांना सहजपणे ओळख करून देण्याच्या दृष्टिकोनातून घरी पाचारण केले. लेखांचा संग्रह अस्ताव्यस्त पडलेला होता. त्यांच्या चाणाक्ष, अनुभवी दूरदृष्टीने काही मिनिटांतच लेखविषयांवरून शोधक नजर फिरवली. म्हणाले, "अहो, या संग्रहाची पुस्तके ज्ञानवर्धक आणि मनोरंजक ठरतील, वाचकांना आवडतील. फक्त परवानगी द्या." त्यावर ठीक आहे, तुम्ही ताबा घ्या— एवढेच बोलून मी मोकळा झालो.

मनातही नव्हते ते प्रत्यक्ष साकारले आहे, या अवस्थेची मला कल्पनाही नव्हती. सौ. यशोदिता सावकार यांनी अमूल्य वेळ देऊन प्रत्येक लेखाचे वाचन, निवड, फायलिंग, अनुक्रमणिका इ. सोपस्कार केले. त्यांच्या सहाकार्याशिवाय काहीच झाले नसते. या सहृदयी, आपुलकीयुक्त व्यक्तींमुळेच पुस्तकयोग मूर्त स्वरूपात आला आहे.

वाचकांना मनोरंजनयुक्त ज्ञानप्राप्ती व्हावी, हा अंतस्थ हेतू पुस्तकरूपात प्रत्यक्षात आणण्याचे श्रेय श्री. राजीव बर्वे, दिलीपराजचे सहकारी, डॉ. मंदार परांजपे, सौ. सावकार यांचेच आहे. वाचक या पुस्तकांचे स्वागत करतील, ही अपेक्षा बाळगतो.

– अनिल दांडेकर

अनुक्रमणिका

१. उत्साही, फेसाळती, सोनेरी कॉफी

रेस्टारंट किंवा उपाहारगृह हे ठिकाण आता जगातील सार्वजनिक आयुष्यातील महत्त्वाचा टप्पा ठरला आहे. उपाहारगृह पंचतारांकित असू दे किंवा उडप्याचे, इराण्याचे, रस्त्याच्या बाजूची छोटीशी टपरी किंवा अमृततुल्य. प्रत्येकाच्या खिशाला परवडणारे ठिकाण म्हणजेच उपाहारगृह. जिभेला, पोटाला रुचवणारे खाद्यपदार्थ खाऊन झाल्यावर बिल चुकते केले जाते. बिलाच्या काही प्रमाणात वेटरला 'टीप' ठेवण्याची प्रथा सुरू झाली ती कॉफी या ऐतिहासिक पेयापासून! साधारणतः एक हजार वर्षांपासून!

T. I. P. चा फुलफॉर्म आहे To Insure Promptness. म्हणजेच खाद्यपदार्थांची, जेवणारी ऑर्डर केल्यापासून जास्तीत जास्त लवकर आणि समाधानकारक पद्धतीने क्षुधाशांती व्हावी.

साधारणतः दीड हजार वर्षांपूर्वी इथिओपियाच्या डोंगराळ भागात मेंढपाळ आपले कळप घेऊन वावरत होते. त्यातील काही मेंढ्यांनी ठराविक झुडपांची पाने खाल्यानंतर गमतीदार हालचाली सुरू केल्या, विचित्रपणे आवाज काढण्यास

सुरुवात केली. मेंढपाळांनीही तीच गंमत अनुभवली. काही मेंढपाळांनी पाने चघळली, तर काहींनी अजूनही शक्कल लढविली. ती विशिष्ट पाने पाण्यात उकळून काळ्याशार रंगाचे, कडवट चवीचे पेय प्राशन करण्यास सुरुवात केली.

ते पेय काही प्रमाणात गुंगी आणू लागले, शिणवटा घालवू लागले. काहींना त्यापासून तरतरी वाटू लागली. ते पेय वाळवंटातून मैलो न् मैल, महिनो न् महिने प्रवास करणाऱ्या अरबी व्यापाऱ्यांच्या लक्षात आले आणि त्यांच्यामार्फत या पेयाची- कॉफीची - कीर्ती दूरदूर पसरू लागली.

भाजलेली भुकटी

आफ्रिकेतील अनेक जंगली आदिवासींना अशा प्रकारच्या टपोऱ्या हिरवट, काळपट रंगाच्या गोलाकार फळांचा शोध लागला. त्यातील बिया वाळवून, फळांचा गर बाजूला करून खरपूस भाजलेल्या भुकटीची विक्री सर्रासपणे व्यापारी तत्त्वावर सुरू झाली.

आफ्रिकेतील आदिवासी काळसर भुकटीची विक्री करून अरब व्यापाऱ्यांकडून त्या बदल्यात कापड, भांडी, दागदागिने यांची देवाणघेवाण करू लागले. अरब व्यापारानिमित्त युरोप, चीन, आशिया इत्यादी प्रदेशांमध्ये मुक्तपणे वावरत होते. त्यांच्यामार्फत या काळ्याशार भुकटीची ओळख आणि प्रसार जगभर फार झपाट्याने झाला. केवळ पाचशे वर्षांच्या कालखंडात कॉफी पेयाने पृथ्वीवरील पाचही खंडांमध्ये विशिष्ट स्थान प्रस्थापित केले.

साधारणतः समशीतोष्ण हवामान, मध्यम दर्जाचा, पाच-सहा महिने टिकणारा पाऊस आणि उतरणीच्या डोंगराचा प्रदेश, अशा प्रकारच्या परिसरात कॉफीचे सहा-सात फुट उंचीचे रोपटे चांगले फुलते. टोकदार, लांबट आकाराच्या हिरव्यागार पानांच्या बेचक्यात फळांचे झुपके लगडतात. त्या फळांना हळुवारपणे जमा करून, वाळवून, सुकवून त्यातील बिया वेगळ्या केल्या जातात. बियांची भुकटी म्हणजेच चॉकलेटी, काळसर रंगाची कॉफी पावडर.

जगात ब्राझीलची कॉफी एक तृतीयांश

ब्राझील, कोलंबिया, इंडोनेशिया, इथिओपिया, पश्चिम आफ्रिकेतील काही देश, थायलंड यांच्यामार्फत प्रतिवर्षी अब्जावधी टन कॉफी पावडर तयार होत असते. एकट्या ब्राझीलमधून जगात वापरली जाणारी एक तृतीयांश कॉफी पावडर तयार केली जाते.

कॉफीची लागवड, कॉफी बिया गोळा करणे, त्याची भुकटी तयार करणे, व्यापार, विक्री यांमध्ये प्रतिवर्षी अब्जावधी रुपयांची उलाढाल होत आहे, तर सर्व पृथ्वीवर सुमारे पंचवीस कोटी लोकांचा चरितार्थ त्यावर अवलंबून आहे.

जपानमध्ये चहाऐवजी कॉफी

कॉफीची लोकप्रियता गेल्या तीन-चारशे वर्षात अतिशय वृद्धिंगत झाली. अत्यंत आश्चर्यकारक पद्धतीने व्यापाऱ्यांमार्फत कॉफीने जपानमध्ये प्रवेश केला. गेल्या पन्नास वर्षांत जपानमधील चहाचे उत्पादन कमी कमी होत जाऊन त्याची जागा कॉफीने घेतली. अनेक वर्षे चहाचे उत्पादन करण्यात आणि चहाची भुकटी वापरण्यात जपान देश अग्रेसर होता. कॉफीने जपानी लोकांना विशेषत: गेल्या पन्नास वर्षात इतकी चटक लावली आहे की एके काळी जपानच्या सांस्कृतिक, कौटुंबिक वातावरणात मानाचे स्थान असणाऱ्या 'चहाला' आता दुय्यम स्थान मिळाले आहे!

या आंतरराष्ट्रीय पेयाच्या प्रसाराचा आणि इस्लामी धर्माच्या प्रसाराचा अतिसूक्ष्मतेने संबंध सिद्ध करता येतो. येमेन व त्याच्या परिसरातील भागातून साधारणत: इ. स. एक हजारमध्ये 'फसफसणाऱ्या पेयांच्या बिया' असे वर्णन करण्यात येणाऱ्या कॉफीचा प्रसार सर्व अरबी देशांमध्ये झाला.

पोर्तुगीज प्रसारक

ठराविक पद्धतीने पाण्यात उकळून त्यापासून कॉफीचे पेय करण्याचे 'इब्रिक' प्रकारचे भांडे विवाहात एकमेकांना भेट देण्याची प्रथा सुमारे नऊशे वर्षांपूर्वीपासून अस्तित्वात आली. कॉंस्टँटिनोपल- सध्याचे इस्तंबूल त्या काळात व्यापाराचे देवाणघेवाण केंद्र होते. युरोपातून कलाकुसरीच्या, मलमलीच्या, हस्तिदंताच्या वस्तू आणावयाच्या व त्याबदली आफ्रिका, आशियातील माल घ्यायचा, या देवाणघेवाण क्रियेत इ. स. १६०० च्या सुमारास कॉफीने प्रवेश केला. इ. स. १७१५ पर्यंत कॉफीने आपली लोकप्रियता इंग्लंड व पश्चिम युरोपात पक्की केली. त्या वेळी पोर्तुगीज दर्यावर्दी जगभर भ्रमण करीत होते. त्यांच्यामार्फत कॉफीचा प्रसार अमेरिका, जावा, सुमात्रा, इंडोनेशिया या दूरवर देशांमध्ये झाला.

इ. स. १७०६ मध्ये सतरावा लुई राजा याने फ्रान्समध्ये एका समारंभात डच व्यापाऱ्यांकडून कॉफीचा स्वीकार केला. ख्रिश्चन धर्मगुरु पोप यांनीसुद्धा कॉफीला अभयदान दिले. फ्रेंच गियाना, डच गियाना, मध्ये अमेरिकेतील देश

यांच्यात कॉफीचे आगमन हा ऐतिहासिक मामला ठरला आहे

आता जगभर प्रतिवर्षी दशलक्ष हजार टन इतके कॉफीचे उत्पादन होत आहे. ब्राझीलमध्ये कॉफीच्या लागवडीत प्रचंड क्रांती करून जगातील पस्तीस टक्क्यांवर कॉफीचे उत्पादन केले जाते.

कॉफीमध्ये एक्स्प्रेसो कॉफी, कोल्ड कॉफी आणि नुसत्या उकळून तयार केलेल्या कॉफीने इतर सर्व पेयांना मागे टाकले आहे, हे निर्विवाद. 'कॉफी हाऊस' हा विषय घेऊन इंग्रजी व फ्रेंच वाङ्मयात खूप लिखाणही प्रसिद्ध झाले आहे. कॉफीला 'द्रवरूप सोने' असे म्हणण्यात येते.

-*-*-*-

रुचकर घरट्यांच्या शोधात

        जिभेचे चोचले पुरविण्यासाठी, चवदार अन्नपदार्थ तयार करण्यासाठी,
पृथ्वीच्या पाठीवर असंख्य आहारतज्ज्ञ क्रियाशील असतात. खास चवीने अन्नपदार्थ
बनविण्याची कल्पकता कोणत्याही विशिष्ट जाती-जमाती धर्मावर अवलंबून नसते.
परिसरात आढळणाऱ्या वनस्पती, कंदमुळे, मसाल्याचे पदार्थ, पक्षी-प्राणी इत्यादींचा
वापर करून तयार केलेल्या अन्नपदार्थांची यादी लांबलचक होऊ शकते. देशोदेशींच्या
खाद्यपदार्थांच्या विविधतेमध्ये चायनीज पद्धतीचे पदार्थ पृथ्वीच्या कानाकोपऱ्यात
मान्य पावलेले आहे. अग्नेय अशियात मोठ्या शहरांमध्ये खास करून हाँगकाँग
शहरात ठराविक पक्ष्यांची घरटी, रूचकर खाद्यपदार्थ म्हणून अतिशय लोकप्रिय
आहेत हे विधान वाचकांना निश्चित धक्कादायक वाटेल. पांढऱ्या स्विफ्टलेट
पक्ष्याची (एरोड्रामस फुसीफॅगस) आणि काळसर स्विफ्टलेट पक्ष्याची (एरोड्रामस

मॅक्सीमस) छोटीशी घरटी अतिशय अवघड, अंधाऱ्या गुहांमधून शोधून काढणे, गोळा करून स्वच्छ करणे, हवाबंद डब्यांतून योग्य बल्लवाचार्याकडे सुपूर्द करणे व त्यापासून रुचकर खाद्यपदार्थांच्या 'डिशेस' तयार करणे या मार्फत लक्षावधी डॉलर्सची उलाढाल घडते आहे. हजारो कुटुंबाचा चरितार्थ त्यावर अवलंबून आहे. या विलक्षण रूचकर खाद्यपदार्थांचे उगमस्थान आहे थायलंडच्या पश्चिम किनाऱ्यावरील फुकेत प्रांतातील डोंगराळ प्रदेश. त्या प्रदेशात 'टायगर्स केव्हज' नावाचा गुहांच्या डोंगराळ भाग आहे. दहा-पंधरा मैल क्षेत्रफळाच्या परिसरात वाँग लुंग केव्ह, लो लिआम केव्ह, लॉय वालोन केव्ह असे असंख्य लहान सहान विभाग आहेत. आजुबाजूच्या जंगलाचा किंवा काही ठिकाणी सागरी किनाऱ्याचा प्रदेश भिडलेला आहे. रिमाऊ जमातीचे तरुण किंवा वयस्कर पुरुष या स्विफ्टलेटची उंचावरील घरटी शोधून आणण्यात तरबेज आहेत. काही ठिकाणी आधाराला बांबूची जोडणी केलेली असते. अर्धी चड्डी परिधान करून कमरेभोवती रादा नावाचे एक लोकडी जाडसर चिमट्यासारखे शस्त्र घेऊन ते चायनीज वंशाचे चपळ लोक माकडासारखे अचूकपणे जमिनीपासून शंभर ते चारशे फुटांपर्यंत वर चढतात. अंधार असल्यास तोंडामध्ये वाळलेल्या गवतावर ठराविक रसायन टाकून तयार केलेली मशाल असते. मशालीमार्फत धूर कमी होतो; पण व्यवस्थित प्रकाश पडतो. हाता-पायांचा आधार घेत ते कसबी तरुण वेली, बांबू, खडकांच्या कपारींचा वापर करीत अचूकपणे उंचावर जातात. साधारणतः पणतीच्या आकाराची खडकांवर चिकटलेली घरटी हस्तगत करतात. जवळच्या पिशवीत अलगद भरतात आणि सहाय्यकाच्या मदतीने जमिनीवर उतरवून घेतली जातात. जमिनीवर घरटी उतरविल्यानंतर त्यांच्या वसाहतीमध्ये स्वच्छ पाण्याने ती रबरासारखी असणारी घरटी धुतली जाऊन एजंटामार्फत फुकेत किंवा सातून शहरात पाठविली जातात. तेथून त्यांची रवानगी हाँगकाँगमधील बाजारपेठेत केली जाते. त्या घरट्यांवर विविध मसाले, सॉस यांच्या प्रक्रिया केल्या जातात आणि त्यांच्या डिशेस ठराविक खाद्यगृहातून प्रत्येकी दोन-अडीच हजार रुपयांपर्यंत दाम मोजून खवय्यांच्या जठरात समाविष्ट होतात. स्विफ्टलेट पक्ष्यांच्या मानेत काही ग्रंथी असतात. त्या ग्रंथीपासून तसेच लाळेमधून घरट्यांवर एक प्रकारचा थर तयार होतो यामुळेच त्यांची रूचकरता वाढते. साधारणतः जानेवारी-फेब्रुवारीत त्या पक्ष्यांची वीण होऊन पिल्ले मोठी होतात. पिल्ले घरट्यातून उड्डाण करण्याइतकी शक्तीवान झाल्यानंतर घरटी रिकामी राहतात. त्यामुळे मार्च-एप्रिलपासून चार-पाच महिने अशा प्रकारे घरटी गोळा करण्यास अहोरात्र सुरुवात होते. सिंगापूर

थायलंडचा दक्षिण भाग, मलेशियाचा पश्चिम दक्षिण भाग, बोर्निओ, जावा-सुमात्रा या बेटांचा प्रदेश अशा ठिकाणी मिळून प्रतिवर्षी पंचवीस-तीस लाख घरटी याप्रकारे गोळा करण्यात येतात. पिढ्यान्‌पिढ्या घरटी जमा करण्याच्या या कामगिरीत काही वेळेस वेगवेगळे अपघात घडतात. बांबू, वेली यामध्ये विषारी कीटक वस्तीला असतात. त्यांनी हल्ला चढविल्यास शरीराची आग होते. कमकुवत आधार मिळाल्यास खाली कोसळून तीन-चार कामगार मृत पावले आहेत. काहींची हाडे मोडलेली आहेत. परंतु या जमातीचा एक दृढविश्वास आहे. त्याची कथा तॉक रिमाऊ या देवाच्या नावाने ओळखली जाते. तॉक हा एक गरीब शेतकरी होता. शेतीमध्ये कुटुंबाचे पोषण होईना म्हणून त्याने मासेमारीचा व्यवसाय स्विकारला. मासेमारी करताना एका अपघातामध्ये त्याचे सहकारी मृत झाले. तो या गुहेत ध्यानधारणेसाठी येऊन बसला. इतरांचा त्रास होऊ नये म्हणून तो गुहेच्या उंच खोलगट भागात स्थानापन्न झाला. त्याचे जवळपास फक्त पक्षी वावरत व त्याला अन्नपाण्याचा पुरवठा करीत. अद्यापही लोकांचा रिमाऊचा तेथे आत्मा वावरतो असा समज आहे. यासाठी घरटी गोळा करण्याचे काम सुरू करण्यापूर्वी गुहेच्या तळाशी लाल फडके गुंडाळून नारळाचे पाणी, तंबाखू यांचा नैवद्य दाखविला जातो. साधारणत: एकदा गुहेच्या वरच्या भागात दुपारनंतर चढाई सुरू केली की आठ ते दहा तास घरटी गोळा करण्याचे काम सुरू होते. अंधार जास्त होऊ लागल्यास मशालींच्या उजेडात घरटी गोळा केली जातात. नॅशनल जिओग्रॉफीक या जागतिक दर्जाच्या संशोधक मासिकाने एरिक व्हाली नावाचा संशोधक छायाचित्रकारावर ह्या विषयाची माहिती घेण्याचे कार्य सोपवले होते. त्याने सहा-सहा महिने मलेशिया थायलंडच्या परिसरात राहून प्रत्यक्ष अनुभव घेऊन जिवावर उदार होऊन छायाचित्रण केले. अलीकडच्या घडामोडींनुसार त्या घरट्यांची प्रती किलोस दीड हजार अमेरिकन डॉलर्स इतकी किंमत आहे. थायलंडच्या काही भागात त्या घरट्यांना मागणी खूप परंतु पुरवठा कमी यामुळे ब्लॅक मार्केटिंग, चोऱ्या करणे हे प्रकार घडून आले. त्या-त्या सरकारांनी कडक कायदे केले आहेत. घरटी गोळा करणाऱ्या बड्या ठेकेदारांना खास संरक्षण देण्याची व्यवस्था केली आहे. अशा या रुचकर घरट्यांमुळे हाँगकाँगच्या खादाड बाजारपेठेत प्रतीवर्षी कोट्यवधी डॉलर्सची उलाढाल होते.

-*-*-*-

३. कट्‌लफिश

ऑस्ट्रेलिया खंडाचा पूर्व किनारा आणि त्याच्या सभोवतालचा सागर अनेक वैशिष्ट्यांनी सामावलेला आहे. ग्रेट बॅरिअर रिफ या नावाने ओळखल्या जाणाऱ्या सागरातील नैसर्गिक भिंतींची निर्मिती प्रवाळ, सागरी वनस्पती इत्यादी सजीवांपासून झालेली आहे.

सागराच्या या परिसरात 'कट्‌लफिश' नावाचा महाकाय शरीराचा, मृदुकाय प्रकारचा सागरी प्राणी आढळतो. जाड त्वचा, त्वचेवर चॉकलेटी, लाल रंगाचे पट्टे किंवा छाप आढळतात. लांबट शरीराच्या एका बाजूस तोंडाचा निमूळता भाग असतो. बटबटीत स्वरूपाचे गोलाकार मोठ्या आकाराचे दोन डोळे सहजपणे दिसून येतात. वैशिष्ट्य म्हणजे तोंडाच्या बाजूला प्रत्येकी तीन-चार इंचाची जाडी आणि दोन-अडीच फुटांपर्यंतच्या लांबीच्या भुजा आढळतात. या भुजांमुळे कट्‌लफिशचा आकार भीतिदायक भासतो. टोकांपासून भुजेपर्यंत याची लांबी चार साडेचार फूट भरते. पाठीच्या भागात पंखाप्रमाणे हालचाल करणारे जाड त्वचेच दोन भाग असतात. अशा प्रकारच्या शरीररचनेमुळे कट्‌लफिशला ठराविक

पद्धतीने वेगाने पोहता येते.

अपृष्ठवंशीय प्रकारातील मृदूकाय शरीराच्या या जलचराचे शास्त्रीय नाव आहे 'सेपिआ अपामा'. कट्लफिश या प्रकारात इतर साधारणत: शंभर उपप्रकार आहेत, परंतू या सर्वांमध्ये सेपिआ आपामा हा सर्वात मोठा आकाराचा जलचर आहे. ऑक्टोपस, स्विकड हे जलचर याच प्रकारातील परंतु कट्लफिशच्या मानाने खूप लहान आहेत.

कट्लफिशच्या शरीररचनेत अनेक वैशिष्ठ्ये आहेत. त्यापैकी शरीराच्या अंतस्थ भागात कवच असते. त्याला कट्ल बोन म्हणतात. यांच्या बाहूच्या टोकांशी गोलाकार चकत्यांप्रमाणे भाग असतात. त्या भागांमार्फत तो इतर लहान आकाराचे जलचर, पाणवनस्पती यांची पकड घेऊ शकतो. इतर जलचरांना जखमी करण्यास, रक्तबंबाळ करण्यास त्याला यश प्राप्त होते.

कट्लफिशच्या गोलाकार भागाजवळ 'क्रोमटोफोअर' नावाच्या पेशींचा पुंजका असतो. त्या पेशींचे नियंत्रण मेंदूमार्फत केले जाते. ज्याप्रमाणे परिस्थितीत बदल घडतो अथवा एकदम गंभीर घटना निर्माण होते, तेव्हा रंगपेशीमार्फत रंगद्रव्य तयार होतात. त्यामुळे त्याचे त्वचेवर निळसर, पिवळसर, लालसर, हिरवटसर रंगाचे छाप दिसू लागतात. या अचानक होणाऱ्या रंगबदलामुळे त्याचे

शारीरिक दृष्य भयानक दिसते. इतर लहान सहान जलचर त्याच्यापासून पळ काढतात.

लहान आकाराचे मासे, अंड्यांचे पुंजके, लहान जलचर हे कट्लफिशचे खाद्य असते. काही वेळेस दोन तुल्यबळ नर कट्लफिशचे युद्ध, झोंबाझोंबी झाल्याची उदाहरणे आहेत. विशेष करून प्रजोप्तादनाचे कालखंडात एकाच मादीच्या संदर्भात दोन नरांमध्ये अशा प्रकारचे युद्ध घडून येते. साधारणत: तोंडाभोवती ६-७ बाहू असतात. मारामारीत, ओढाताणीत एखादा बाहू अर्धवट तुटल्यास काही काळानंतर तो बाहू पूर्ववत वाढतो. याला शाकीय पुनरुज्जीवन असे शास्त्रीय भाषेत म्हणतात. ऑस्ट्रेलियाच्या पूर्व किनाऱ्यावर सागरात पोहण्याचा आनंद लुटणाऱ्या पर्यटकांना कट्लफिशचा अनुभव येऊ शकतो. बऱ्याच वेळा पाण्याच्या आतील भागात पोहणाऱ्या पाणबुड्यांच्या जवळपास कट्लफिश हमखासपणे वावरतात. मादीच्या गर्भाशयात साधारणत: चार ते साडेचार महिन्याची वाढ झाल्यानंतर सुमारे दोन अडीच इंच लांबीच्या पिल्लाचे स्वतंत्र आयुष्य सुरू होते. सहा महिन्यांचे काळात त्याची लांबी दीडफुटापर्यंत वाढते. प्रयोगशाळेत अथवा संग्रहालयात याची वाढ चांगल्या प्रकारे होत नाही असे आढळले आहे.

काही कट्लफिशच्या त्वचेचा रंग अगदी सप्तरंगी असतो. सागरातील पाणी संपूर्णपणे स्वच्छ आणि पारदर्शक असल्यास त्याच्या हालचाली फारच मनोरंजक दिसतात. काही वेळेस कट्लफिश पाणबुड्यांच्या जवळपास वावरून त्रासदायक ठरतात. पाणबुड्यांच्या वेषातून त्वचेवर इजा करू शकतात. पॅसिफिक महासागरात यांचे वास्तव्य जास्त प्रमाणात आहे.

-*-*-*-

४. मधमाश्या भाड्याने देणे आहे!

मधमाशी एक अत्यंत उपयुक्त, हरहुन्नरी आणि सहजपणे माणसाळणारा कीटक. त्यांच्यामार्फत तयार केलेल्या पोळ्यांमधील मधाचे अनेक औषधी उपयोग आहेत. त्यांच्या विशिष्ट ग्रंथीतून स्त्रवलेल्या मेणापासून विविध उपयुक्त वस्तू तयार करता येतात. त्यांच्या माध्यमातून परागसिंचन केल्याने अनेक वनस्पतींमध्ये फलधारणा होते. मधमाश्यांचे पोळे म्हणजे षटकोनी, असंख्य कप्प्यांमार्फत साकारलेली आदर्श समूह वसाहत. त्या वसाहतीमध्ये एकमेव प्रमुख राणी माशी. दिमतीला कामकरी, संरक्षक मधमाश्या. प्रत्येकांमध्ये आदर्शवत स्वरूपात कामाची, जबाबदारीची केलेली विभागणी.

विशेष प्रमाणात आर्थिक गुंतवणूक न करता भरपूर उत्पादन आणि फायदे करून देणाऱ्या मधुमक्षिकापालनाचा उद्योग काही जण हौसेनेही करतात. मोठ्या आकाराच्या पोळ्यामार्फत पंचवीस ते तीस लिटर मध मिळू शकतो. मधमाश्या

मोठ्या समूहाने राहतात, एकत्रित कार्य करतात आणि त्यांना डिवचले नाही, तर त्यांच्यापासून भरपूर फायदा मिळू शकतो.

मधमाशा पाळण्याचा जोडधंदा पुरातन कालापासून लहानसहान प्रमाणावर अनेक देशांमध्ये शेतकऱ्यांमार्फत केला जात होता. इजिप्शीयन संस्कृतीत मातीची पोळी करून नाईल नदीच्या प्रवाहातून तराफ्यांमधून वेगवेगळ्या भूप्रदेशांत पाठविली जात असत, असा उल्लेख आढळतो. पोळ्यांचे वाटप केल्याने त्या भूप्रदेशात अन्नधान्य, फळांचे प्रमाण वाढते, असेही निरीक्षण नोंद करून ठेवण्यात आले आहे. भारतातील आदिवासी लोक जंगलातून मधाची पोळी आणून आठवड्याच्या बाजारात त्यांची विक्री करतात, अशी माहिती काही परदेशी प्रवाशांनी सतराव्या-अठराव्या शतकात लिहून ठेवलेली आहे. इ. स. १८१० च्या सुमारास अमेरिकेतील मिसिसिपी नदीतून तराफ्यांमार्फत, तर फ्लोरिडा प्रांतात वाहनांमार्फत मधमाश्यांची वाहतूक करण्यात येत होती; अनेक वेळा निष्काळजीपणाने पाण्यात पडल्याने, मधमाश्या पिसाळल्यामुळे त्या वाहतुकीत विशेष प्रगती झाली नाही.

इ. स. १९२० मध्ये जॉन वेल्स नावाच्या एका शेतकऱ्याला त्याच्या मित्राने मधमाश्या असलेल्या तीन पेट्या वाढदिवसानिमित्त भेट दिल्या. जॉनने त्या मधमाश्यांचे संगोपन केले. घर बदलण्याच्या निमित्ताने त्याने ट्रकमधून इतर सामानाबरोबर मधमाश्याही नेल्या. दक्षिण कॅलिफोर्निया प्रांतातील संत्री, मोसंबी, सफरचंद यांच्या लागवडीतील परागसिंचनासाठी मधमाश्यांचा उपयोग होत असल्याचे त्याच्या लक्षात आले. इ. स. १९३७ मध्ये जॉनने एक ट्रक खरेदी केला. त्या ट्रकमधून उत्तर व दक्षिण कॅलिफोर्नियातील विविध शेतकऱ्यांना मधमाश्यांसह पोळ्यांच्या पेट्या नेऊन देण्याचा व्यवसाय सुरू केला. त्या निमित्ताने जॉनचा प्रवास घडत होता. पोळे वीस डॉलर किमतीला विकले जात होते. मध मिळत होता. काही ठिकाणी पोळी पाच-दहा डॉलरचा आकार घेऊन भाड्याने दिली जात होती.

इ. स. १९५५ च्या सुमारास एप्रिल ते सप्टेंबरअखेर दहा ते बारा हजार पोळ्यांची देवाणघेवाण जॉन करीत होता. इ. स. १९७० मध्ये जॉनच्या कुटुंबात जेफ अँडरसन, जॉन टिडी या दोन हरहुन्नरी जावयांची भर पडली. त्या दोघांनाही या व्यवसायात रस निर्माण झाला. त्यांनी यात झपाट्याने सुधारणा करीत त्याचे मोठ्या उद्योगधंद्यात रूपांतर केले.

त्यांनी दहा ट्रक विकत घेतले. ट्रकच्या मागील बाजूस मधमाश्यांची पोळी

असलेल्या पेट्या, कप्पे व्यवस्थित बसतील अशी बांधणी करून घेतली. ट्रकच्या त्या भागातील तापमान कायम राहावे, संरक्षण मिळावे, म्हणून प्लॅस्टिकचे आवरण घालण्याचे तंत्र सांभाळले. प्रवासात तापमान जास्त झाल्यास प्लॅस्टिकवरून पाणी फवारण्याची सोयही करण्यात आली.

कॅलिफोर्निया ते मिनिसोटा या पट्ट्यात ओरेगॉन, इडाहो, डकोटा या प्रांतांमध्ये १९८२ पर्यंत प्रतिवर्षी दोन ते अडीच लाख पोळी विकण्याचा व्यवसाय बऱ्यापैकी स्थिरावला. पाहता पाहता वीस जणांचे पथक तयार झाले. अमेरिकेच्या विविध प्रांतात सफरचंद, संत्री, मोसंबी, कलिंगड, बदाम, काकडी यांच्या प्रचंड लागवडीत मधमाश्यांमार्फत झालेले परागसिंचन उपयुक्त ठरले, उत्पादन वाढले हे सप्रयोग सिद्ध झाले.

हळूहळू वर्षभराचा व्यवसाय म्हणून त्याची आखणी करावी लागली. अमेरिकेच्या दक्षिणेकडील प्रदेशात नोव्हेंबर ते मार्च या कालखंडात हिमवृष्टीचा त्रास नसतो. त्या मोसमात ठराविक आकाराचे लाकडी कप्पे करून त्या मधमाश्यांची निर्मिती हजारोंच्या संख्येने करणे, त्यांची ठराविक पोळ्यांमध्ये विभागणी करणे सोपे ठरते. मे-जूनपासून मागणीप्रमाणे ट्रकमार्फत वेगवेगळ्या भूप्रदेशांतील शेतकऱ्यांकडे पोळी सुपूर्त करण्याचा प्रवास सुरू होत असे. याच वाटचालीत एक महत्त्वाचा टप्पा सुरू झाला व तो म्हणजे पोळ्यातील मुख्य राणी माशीच्या निर्मितीचा.

कोणत्याही पोळ्यातील राणी माशी नष्ट झाल्यास, त्या वसाहतीमधील कार्य संपुष्टात येते. यामुळे राणी माशीचे संरक्षण अत्यंत योजनापूर्वक करण्यात येते.

-*-*-*-

५. पाच पायाचा वानर वाचवताना

वाढती लोकसंख्या, विस्तारणारी शहरे, प्रचंड प्रमाणातील कारखाने, रस्ते आणि वाहतूक या सर्व कारणांमुळे अमर्याद प्रमाणात वाढलेले प्रदूषण, मानवाच्या स्वार्थी हेतूने, गरजेपोटी जमीनदोस्त झालेली जंगले, वनस्पती, पर्यावरण, समुद्र, नद्या, डोंगर यांचा वेगवेगळ्या कारणांनी झालेले ऱ्हास या सर्वांचा एकत्रित परिणाम म्हणजेच अनेक प्रकारचे वन्यजीव कायमस्वरूपी नष्ट झाले आहेत. एका अंदाजानुसार गेल्या एक हजार वर्षात पृथ्वीतलावरून सुमारे बारा हजार प्रकारचे प्राणी, कीटक आणि सुमारे सात हजार प्रकारच्या वनस्पती संपूर्णपणे नामशेष झालेल्या आहेत.

ब्राझील या निसर्गसंपत्तीचे वरदान लाभलेला अग्रगण्य देश होता. विषुववृत्तीय हवामान असल्याने पावसाचे प्रमाण भरपूर, जमिनीचा प्रचंड विस्तार, ॲमेझॉनसारखी पाण्याचा महाकाय पाणलोट करणारी जागतिक नदी आणि तिच्या आश्रयाने दोन्ही काठांवर मैलोनमैल पसरलेली दाट अरण्ये.

ॲमेझॉनच्या किनारी प्रदेशात, ब्राझीलसारख्या अतिविस्तृत देशात

पृथ्वीतलावरील पस्तीस टक्के वनस्पती, प्राणी सुखाने नांदत होते. ब्राझील म्हणजे विविधतेने नटलेल्या सजीवांचे संग्रहालय आहे, असे अभिमानाने संशोधक सांगत असत. पण गेल्या शंभर वर्षात ब्राझीलच्या पूर्व किनाऱ्यावरील प्रदेशात मानवाने आधुनिक स्वरूपाच्या वसाहती निर्माण करण्यास सुरूवात केली. केवळ चाळीस वर्षाच्या काळात रिओ डि जॅनेरो, साओ पावलो यांसारखी महाप्रचंड शहरे अस्तित्वात आली. ॲटलांटिक निसर्ग प्रदेश म्हणून ओळखल्या जाणाऱ्या चाळीस दशलक्ष चौ. किमी. प्रदेशात एकेकाळी पृथ्वीवरील नंदनवन वावरत होते. त्यातील साधारणत: पस्तीस दशलक्ष चौ. किमी. प्रदेशातील जंगले सपाट झाली. वन्यजीव नष्ट झाले आणि तेथे कृत्रिम कॉंक्रिटची जंगले उभी राहिली.

या उलाढालीत मूरीक्यूईज नावाचे वानराच्या उपजातीचा अत्यंत देखणा प्रकार नामशेष होण्याच्या अवस्थेत येऊन पोहचला. अंगावर काळसर, भुरकट रंगाची भरपूर लोकर, गोलाकार डोके, काळ्या-पांढऱ्या केसांनी बनलेला चेहरा आणि चार हाताच्या बरोबर लांबचलांब भरदार झुपकेदार शेपूट असा शरीर ठेवणीतल्या वानराला पाच हात असल्यासारखे त्याचे वर्णन केले जाऊ लागले. एखादा कोळी त्याच्या जाळ्यावरून अगदी सहजतेने चालतो त्याप्रमाणे या वानराची झाडावरून हालचाल होत असे. म्हणून त्याला वूली स्पायडर मंकी (कोळ्याच्या जाळ्यानुसार असलेली लोकर) या नावाने ओळखण्यास सुरुवात झाली.

मूरीक्युईजचे रुचकर मांस, त्याच्या कातडीपासून तयार करता येणारे आकर्षक कपडे आणि प्राणिसंग्रहालयात ठेवण्यासाठी मिळणारी भरपूर रक्कम यामुळे त्याची बेकायदेशीरपणे प्रचंड प्रमाणावर शिकार होऊ लागली. त्यांची संख्या अक्षरश: दीड-दोन हजारांवर येऊन ठेपली. त्या नितांत सुंदर माकडाच्या जातीला अभयदान मिळालेच पाहिजे यासाठी प्रयत्न सुरू झाले.

डॉ. ॲडलमोर फिल्हो (ब्राझील विद्यापीठ), सिलीओ व्हॅले (साओ विद्यापीठ) त्याला वाचविण्याचा प्रयत्न करीत आहेत.

त्याच्या जंगलातील हालचालीवर आधारित फिल्म्स करण्यात आली. त्याचे फोटो शर्ट, बॅगा, कव्हर्स, म्युरोक्यूईज, छायाचित्रे यावर छापून शाळा, कॉलेजात त्यांचे वाटप केले गेले. ब्राझीलच्या पोस्ट खात्याने त्याचे टपाल तिकिट तयार केले. अत्यंत कमी वर्षाच्या काळात ब्राझीलसारख्या देशात त्या वानराच्या संदर्भात प्रत्येक नागरिकाकडे माहिती जमा झाली.

फिझेंडा मॉंटेज नावाच्या २० किमीच्या कॉफीच्या मळ्यात माकडांच्या

पाच जोड्या एकत्र सोडण्यात आल्या. त्यांची शिकार करण्याचा कोणत्याही शिकाऱ्याला अत्यंत कडक जंगली कायद्याने प्रतिबंध करण्यात आला. माकडांना खाद्य म्हणून चेरी गर असणारी फळे, हालचाल करण्यासाठी खूप फांद्या उपलब्ध होतील अशा प्रकारच्या वनस्पतींची मुद्दामपणे लागवड करण्यात आली. या सर्वांचा परिणाम म्हणजे मॅरक्यूईज वानरांना तेथे अभयारण्य निर्माण झाले. पूर्णपणे संरक्षण मिळाल्याने त्यांच्या संख्येत चांगली वाढ होऊ लागली. तो प्रयोग यशस्वी झाल्यामुळे ब्राझील सरकारने त्या भागाच्या जवळील दोन हजार चौ. किमीचा प्रदेश या अभय प्रकल्पाला उपलब्ध करून दिला. आश्चर्य म्हणजे तो सर्व परिसर त्या वानरगणांना अतिशय आवडला आणि त्यांनी त्यांचे वसतिस्थान म्हणून हे अभयारण्य स्वीकारले.

डॉ. स्ट्रिअर आणि त्यांच्या अनुयायांनी अत्याधुनिक कॅमेरे, ध्वनी नोंद करणारी यंत्रणा, रिमोट सेन्सिंग यंत्रे यांची जंगलात उभारणी करून त्या प्रकल्पाची माहिती इतर जागतिक संस्थांना उपलब्ध करून दिली. या प्रकल्पाचा पाठपुरवठा करीत चीन सरकारने त्यांच्या देशात अस्तंगत होणाऱ्या पांडा प्राण्याला अभयदान देण्याचे प्रयत्न यशस्वी ठरते.

आताच्या अंदाजानुसार मॅरक्यूईजची संख्या बारा हजारांच्या आसपास आहे. योग्य माहिती, क्रियाशील समाज जागृती आणि काटोकारपणे केलेले अभयदानाचे प्रयत्न यामुळे हा एक अत्यंत खेळकर, आकर्षक प्रकारचा वानर पृथ्वीतलावर सुरक्षित राहू शकला आहे.

-*-*-*-

६. खारीच्या वंशातील विचित्र 'प्रेअरी डॉग'

साधारणतः दीड-दोन फूट लांबी, भुरकट चॉकलेटी रंगाचे केस, चेहऱ्याचा आकार खारीप्रमाणे तर शरीराचा मध्यभाग सशासारखा. पुढच्या पायांना काळ्या रंगाच्या तीक्ष्ण नख्या. बिळात राहणारा, जमिनीवर येऊन प्रचंड प्रमाणावर गवत नष्ट करणारा, विचित्र सवयींचा खारवंशीय प्राणी 'प्रेअरी डॉग' या नावाने ओळखला जातो. या विरोधाभासाचे एकमेव कारण म्हणजे हा प्राणी कुत्र्याप्रमाणे भुंकू शकतो. जबरदस्त आवाजाने परिसर दणाणून टाकू शकतो! मध्य अमेरिकेच्या

कोलोरॅडो, उटाह, न्यू मेक्सिको, अरिझोना या प्रांतामध्ये प्रेअरी डॉग मोठ्या प्रमाणात आढळून येतात. त्यांच्या शरीर वैशिष्ट्यांमुळे रंगातील बदलांमुळे त्यांच्यातील उपजातींना ब्लॅक टेल्ड, व्हाईट टेल्ड, मेक्सिकन, गुनिसॉन्स अशा नावांनी ओळखले जाते.

एक ते सव्वा फुटांची बारा ते पंधरा किलो वजन असलेल्या या प्राण्याची शेपूट गोंडेदार असून प्रकर्षाने उठून दिसते. प्रेअरी डॉग त्याच्या सवयीनुसार जमिनीत बारा ते पंधरा फूट खोलवर बीळ तयार करून त्यात आश्रय घेतो. दिवसभर बिळात पडून राहणे आणि रात्रभर जमिनीवरील गवताचा फडशा पाडणे, हा त्याचा जीवनक्रम असतो. किंबहुना तोच त्याचा दिनक्रमही ठरतो. जबड्यामुळे भरपूर गवत त्याला सहजपणे तोडता येते. भरपेट खाता येते. तीक्ष्ण नख्यांमुळे जमीन भुसभुशीत करणे, जाडसर खोडांचा फडशा पाडणे या त्याच्या घातक सवयींमुळे त्यांनी मानवाचा रोष ओढवून घेतला आहे.

प्रेअरीच्या प्रदेशात गव्हाचे अमाप पीक गेल्या दीडशे वर्षांपासून काढले जात आहे. पोषक हवामान, सुपीक जमीन या मुख्य कारणांमुळे मध्य अमेरिकेतील गव्हाच्या पिकाने उत्पन्नाचा उच्चांक गाठला. युरोप, अमेरिकेचे गव्हाचे कोठार म्हणून या प्रदेशाला ओळखले जाते. त्यांच्या सवयीनुसार त्यांनी गवताप्रमाणेच गव्हाच्या पिकावरही हल्ला करण्यास सुरुवात केली.

साधारणतः इ. स. १९२० सालापासून प्रेअरी डॉग पासून गव्हाच्या शेताना होणारा उपद्रव शेतकऱ्यांच्या लक्षात येऊ लागला. प्रेअरी डॉगची पुनरुत्पादन क्षमता प्रचंड असल्यामुळे प्रतिवर्षी लक्षावधी टन गहू नष्ट होऊ लागला. हजारो एकरातील गव्हाची रोपे पूर्ण वाढ होण्यापूर्वीच जमीनदोस्त होऊ लागली. शेतकऱ्यांनी कुत्री, विषारी औषधे इत्यादींचा वापर करून त्यांना नष्ट करण्याची मोहीम राबविण्यास सुरुवात केली. त्याबरोबरच संशोधकांच्या हेही लक्षात आले की प्लेगच्या पिसवासुद्धा या प्राण्यांच्या शरीराचा आश्रय घेतात. त्यांच्यामार्फत गाठीच्या प्लेगचा प्रसारही होतो. प्रेअरी डॉगच्या या अवगुणांमुळे त्यांना नष्ट करण्याचे उपाय योजण्यास अमेरिकन सरकारने परवानगी दिली. इ. स. १९३५ च्या सुमारास तर अनेक शेतांमध्ये दिवसासुद्धा प्रेअरी डॉग दृष्टीस पडू लागले. प्लेगचा प्रसार होऊ लागला. लक्षावधी टन गव्हाचे, मक्याचे, दर्जेदार गवताचे पीक नष्ट होऊ लागले.

जॉन हूग लँड या कोलोरॅडो विद्यापीठातील प्राणीशास्त्रज्ञाने त्या प्रेअरी डॉगच्या सर्व सवयी, हालचाली, मांसाहारी असल्याचे धक्कादायक अनुमान

काढले. फेरेट, सॅलमँडर, रॅटल यांसारख्या प्राण्यांच्या फलीत अंड्यांना, लहान पिलांना ते मारून खातात, असेही निदर्शनास आले. त्यांच्या हत्त्येमुळे निसर्गातील जीवनक्रम, अन्नसाखळ्या नष्ट होऊन पर्यावरणाची हानी होत असल्याचे लक्षात आले.

वेगवेगळ्या संशोधक तुकड्यांनी इ. स. १९४० च्या सुमारास मध्य अमेरिकेतील भागात प्रेअरी डॉगची संख्या मोजण्यास सुरुवात केली. प्राथमिक अंदाजानुसार दीड कोटी प्रेअरी डॉग सगळीकडे वावरत आहेत व मोठ्या प्रमाणावर त्यांच्याकडून नाश केला जात आहे, असे लक्षात आले. वेगवेगळ्या प्रकारचे विष शेतामध्ये फवारून, विषारी गोळ्या ठेवून त्यांना नष्ट करण्यास सुरुवात झाली. विशिष्ट प्रकारच्या बंदुका शेतकऱ्यांना देऊन हत्या करण्याची कायदेशीर परवानगी देण्यात आली. याचा परिणाम म्हणजे झपाट्याने प्रेअरी डॉगची संख्या घसरू लागली. त्यांनतर प्रेअरी डॉगची मृत शरीर आणून दिल्यास लोकल कौन्सिलमार्फत पन्नास डॉलरचे रोख बक्षीस देण्यास सुरुवात झाली. त्यानंतर इ. स. १९८० च्या सुमारास प्रेअरी डॉगची संख्या काही हजारांपर्यंत खाली घसरली. त्यांच्यापासून होणारे सर्व दुष्परिणाम आटोक्यात आले. प्रेअरी डॉग याच पद्धतीने नष्ट केल्यास काही वर्षात ते संपूर्णपणे पृथ्वीतलावरून नष्ट होतील, अशी वेगळीच समस्या प्राणीशास्त्रज्ञांसमोर निर्माण झाली.

जेम्स डूलिटल, व्हिक्टर, जोनॉसन या शास्त्रज्ञांच्या तुकडीतर्फे प्रेअरी डॉग काढत असलेल्या कर्कश आवाजाबाबत संशोधन करण्यात आले. ते वेगवेगळ्या क्षमतेचा आवाज, ध्वनी निर्माण करतात, त्या ध्वनीचा अभ्यास केल्यानंतर ध्वनीमार्फत ते एकमेकांना संदेश देत प्रियाराधन करतात व संरक्षणाच्या सूचना देतात. अशा प्रकाराची माहिती उपलब्ध झाली आणि त्यामार्फत प्रेअरी डॉग प्राणीवर्गामार्फत केले जाणारे संदेश हा एक अभ्यासात्मक टप्पा अवाक्यात आला आहे. प्रेअरी डॉग 'प्रेअरी रॅट' म्हणावे असे प्रतिपादन करणारा शास्त्रज्ञांचा एक गट आहे. प्राण्यांवर प्रयोगशाळेत खूप संशोधन करण्यात येत आहे. एखादी व्यक्ती (शास्त्रज्ञ) प्रेअरी डॉगच्या जवळ वावरत असल्यास त्याची ध्वनिनिर्मिती आणि काही काळाने व्यक्तीबद्दलची ध्वनिनिर्मिती एकाच प्रकारची असते. मित्रत्वाचा संबंध प्रस्थापित होऊ शकतो. असाही निष्कर्ष प्राणी संशोधकांनी काढला आहे.

-*-*-*-

७. बार्ड बँडीकूट

पाठीवरच्या केसांचा गडद काळा रंग, खोलगट टवकारलेले त्रिकोणी टोकांचे कान, पुढच्या बाजूस गोलाकार झालेले चिंचोळे तोंड असणारा घुशीचा हा प्रकार पश्चिम ऑस्ट्रेलियाच्या किनाऱ्यावरील बर्निअर आणि डोरे बेटांच्या भागातील गवताळ प्रदेशात आढळतो. आपल्याकडे काळसर रंगाची, जाडसर शरीराची घूस तुमच्या पाहण्यात असेलच. बार्ड बँडीकूट असे सामान्य नाव असणाऱ्या या घुशीचे शास्त्रीय नाव आहे पेरामेलीस बोगॅनव्हिले. तिच्या मुख्य शरीराची लांबी सतरा ते चोवीस से. मी. असते. भुरकट रंगाच्या शेपटीची लांबी सहा ते दहा सें. मी. भरते. बँडीकूटचे सरासरी वजन अडीचशे ते तीनशे ग्रॅम भरते. गोलाकार, चकचकीत काळसर डोळे, चिंचोळे तोंड, पायांच्या टोकदार नख्यांमार्फत जमीन उकरून १-२ मीटर्स खोलवर बीळ तयार करण्यात बँडीकूट तरबेज असते. जमिनीच्या आतील वाळवी, कीटकांच्या वसाहती खाण्यात त्याला जास्त स्वारस्य असते. जिमी लॉचमन या प्राणी संशोधकाने अनेक वर्षे संशोधन करून बार्ड बँडीकूट ऑस्ट्रेलियाच्या मुख्य भूमीवर आढळत असे सिद्ध केले. आता फक्त बर्निअर आणि डोरे बेटांवर त्यांचे वास्तव्य आहे. त्या परीसरात त्यांची संख्या फक्त चार हजारांच्या जवळपास शिल्लक आहे.

-*-*-*-

८. इलेक्ट्रॉनिक मधमाशी

मधमाशी आणि मुंगी. कीटक सृष्टीतील अती लहान आकाराचा प्राणी, परंतु अतिशय बुद्धिमान, तल्लख आणि हरहुन्नरी. वसाहत करून प्रचंड संख्येने एकत्रित राहताना श्रमांची विभागणी हुशारीने करून प्रत्येक लहानमोठ्या घटकांना श्रेय देण्याची कल्पकता प्राणीशास्त्रज्ञांना, संशोधकांना थक्क करते. प्राणी संशोधक आणि शास्त्रज्ञ या कीटकांच्या सवयींचे सातत्याने निरीक्षण, संशोधन करतात; नवनवीन माहिती उजेडात आणण्याचा प्रयत्न करतात.

मधमाशी हा कीटक बुद्धिमान, कल्पक आणि सदैव कार्यरत असतो. दूरदूरच्या वेगवेगळ्या ठिकाणांवरून मध गोळा करणे, पोळ्यात आणून संचय करणे, पोळ्याच्या वसाहतींमध्ये मधाची वर्गवारी करणे, संरक्षण करणे याबरोबरच वसाहत कितीही मोठी असली तरी त्यात कामकारी, सैनिकी आणि प्रजोत्पादनाचे

कार्य करणारी राणी माशी याप्रकारे कार्य विभागणी पण केलेली असते.

शास्त्रज्ञांना कोडे असते ते म्हणजे केवळ शरीराच्या ठराविक हालचालींमार्फत मध असलेल्या फुलांची दिशा, मार्ग, अंतर यांची माहिती इतर कामकरी मधमाशांना निश्चितपणे कळविण्यात येते. कोणत्याही प्रकारचे संकेत ध्वनी निर्माण न करता केवळ शारीरिक हालचालींनी (बॉडी लँग्वेज) मधमाशांचे जग सुसूत्रपणे कार्य करीत असते.

मधमाशांच्या सामुदायिक वसाहतीची परिपूर्ण माहिती घेण्यासाठी जर्मनीमधील वुर्झबर्ग विद्यापीठातील कार्ल व्हॉन फिश्च, वोल्फगाँग कीर्चनेर, पेनसिल्व्हानिया विद्यापीठातील विल्यम टोवने या शास्त्रज्ञांच्या तुकडीने अनेकविध प्रयोगांमार्फत मधमाशांचे रहस्य ओळखले आहे.

शेपटीकडील भागाची ठराविक हालचाल- मधमाशा साधारणत: त्यांच्या वसाहतीपासून अर्धा किलोमीटरच्या अंतराच्या परिसरात भ्रमंती करीत असतात. त्या भ्रमंतीमध्ये एखाद्या ठिकाणी मधाचा भरपूर साठा उपलब्ध असल्याचे निश्चित झाल्यास पुन्हा पोळ्यात येतात. तेथे आल्यानंतर ती मधमाशी शरीराच्या शेपटाकडील (टोकाकडील) भागाची ठराविक पद्धतीने वरखाली हालचाल करते. त्यामुळे मधाचा साठा सापडला आहे असे इतर मधमाशांना कळते. त्यानंतर मधमाशी इंग्रजी आठ (8) या अंकाप्रमाणे तालबद्ध हालचाल करू लागते. या हालचालीमार्फत मधमाशांना फुलांच्या साठ्याची दिशा आणि अंतर यांची अचूक माहिती मिळते व त्या दिशेने इतर मधमाशांची हालचाल सुरू होते.

8 हा अंक शारीरिक हालचालींमार्फत करीत असताना ठराविक अंतरानंतर मधमाशी थांबते आणि आपल्या सूक्ष्म पंखांची जोरजोराने वरखाली हालचाल करते. या हालचालींमुळे हवेचे सूक्ष्म कण ढकलले जातात व त्यामुळे मधाच्या कणांचा गंध इतर मधमाशांना ज्ञात होतो.

मधमाशांच्या या सर्व हालचालींची अचूक माहिती घेण्यासाठी डेन्मार्क, जर्मनी या देशांतील कीटकशास्त्रज्ञांनी कुर्टझवॉन विद्यापीठात कृत्रिम इलेक्ट्रॉनिक मधमाशी तयार करून ती मधमाशांच्या वसाहतींमध्ये (पोळ्यात) सोडण्यात आली. यासाठी रोबोटिक्स (कृत्रिम तंत्रज्ञान-हालचालींसाठी) हनीबी तयार केली. पोलादापासून साधारणत: दोन सें.मी. लांब आणि एक सें.मी. रुंदीची मधमाशी बनविली. हुबेहूबपणा येण्यासाठी तोंडाच्या वरील भागात दोन काळे मणी-बटबटीत डोळे तयार करण्यात आले. एका सूक्ष्म नलिकेतून, साखरेचा द्राव, सूक्ष्म थेंबाने देण्यात येईल अशी व्यवस्था केली. इलेक्ट्रोमॅग्नेटमार्फत मधमाशीच्या

पंखाच्या 8 आकाराच्या हालचाली होतील अशी यंत्रणा कॉम्प्युटरच्या साह्याने कार्यान्वित करण्यात आली. कृत्रिम मधमाशीच्या बाह्यभागात मेणाचा थर देण्यात आला. कारण तो थर नसल्यास इतर सैनिकी मधमाशा शत्रू समजून हल्ला चढवितात आणि बेजार करतात.

प्रयोग करणाऱ्या तुकडीने वेगवेगळ्या परिसरात प्रयोगांची मांडणी केली होती. विस्तृत शेतात साधारणत: अर्धा किलोमीटरच्या परिसरात कृत्रिम यंत्रणा उभारण्यात आली. त्या यंत्रणेमार्फत पंखांच्या हालचालीमुळे निर्माण होणारा ध्वनी, त्याच मंदगतीने हवा ढकलली जाणे, इलेक्ट्रोमॅग्नेटिक कार्यपद्धतीने पंखांच्या हाचलाली सादर करणे, जाळीदार रचनेवर ठराविक वेळी साखरेच्या द्रावाचा थेंब पडण्याची व्यवस्था हे सर्व संगणकाच्या साह्याने कार्यान्वित करण्यात आले. दूर अंतरावर निरीक्षकांना मोठ्या पडद्यावर कृत्रिम मधमाशी आणि या सर्व व्यूहरचनेमुळे आकृष्ट होणाऱ्या खऱ्याखुऱ्या जिवंत मधमाशा यांचे दृश्य दिसते होते.

ठराविक अंतरावरील रिमोट कंट्रोल कॅमेऱ्यांमार्फत सर्व लहानलहान हालचालींचे चित्रीकरण करण्यात येत होते. कृत्रिम पद्धतीने शेताच्या परिसरात सूक्ष्मतरल ध्वनी निर्मिती केल्यानंतर जवळपासच्या मधमाशा आकृष्ट होऊ लागल्या. कृत्रिम मधमाशीमुळे पोळ्याच्या आजूबाजूस नैसर्गिक मधमाशा घोंघावू लागल्या. मधमाशी मध गोळा करताना स्वतःच्या शरीराचा शेपटाकडील भाग ठराविक पद्धतीने हलवत होती. त्याचा स्पर्श दुसऱ्या मधमाशांच्या स्पर्शतंतूंना झाल्याने त्यांना मधाचा साठा कोठे आहे, हे समजून आले.

अनेक निरीक्षणे- या सर्व प्रयोगात अनेक प्रकारची निरीक्षणे करण्यासाठी सुमारे आठ-दहा महिने खर्च करावे लागले. त्यानुसार इतरही काही निरीक्षणे, अनुमान नोंदविण्यात आले. सूर्याला लंबांतर दिशा आणि सरळ रेषेत हालचाल करून मधमाशा जास्त प्रमाणात मध गोळा करू शकतात. मधाच्या साठ्याचे ठिकाण निश्चितपणे दाखविताना प्रमुख मधमाशी एकदम ९० अंश कोनात वळून पहिल्या बिंदूच्या उजवीकडे आपले स्थान स्थिर करते आणि संदेशवहन साध्य होते. साधारणत: दोनशे ते तीनशे मीटरपेक्षा जास्त अंतरावर मध उपलब्ध असल्यास ठराविक नोंद नृत्य दोन सेकंदापेक्षा जास्त काळ घडत राहते, असेही लक्षात आले.

जिवंत, नैसर्गिक मधमाशीने ठराविक प्रकारची शारीरिक हालचाल केल्यास साधारणत: तीन ते चार सेकंदांत दोनशे अडीचशे मधमाशांना संदेश योग्य

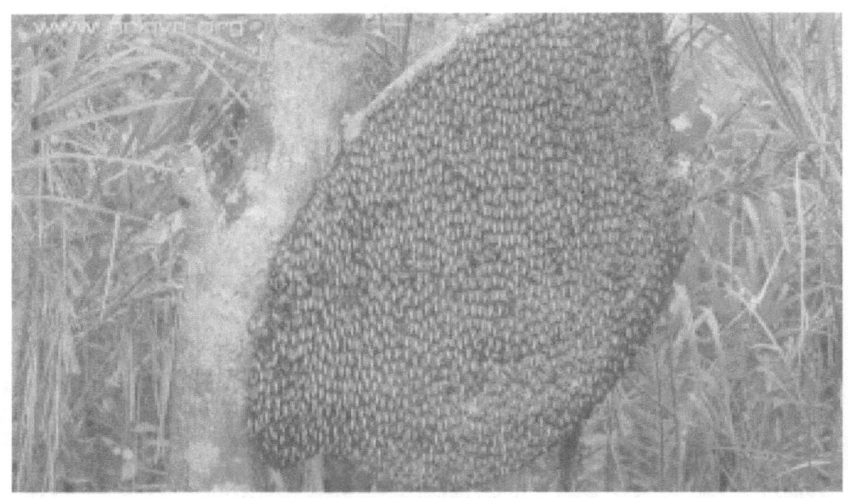

रीतीने पोचविला जातो आणि त्या निश्चित रूपाने एकत्रित येऊ शकतात. या उलट कृत्रिम मधमाशीने तंतोतंत प्रकारचा संदेश निर्माण केला तरी फक्त वीस ते तीस मधमाशा आकर्षिल्या जातात, असे आढळून आले.

बेंट बॉच अँडरसन, मार्टिन लिंडाऊर या दोन जर्मन शास्त्रज्ञांनी तर जंगलाच्या परिसराच्या भागात मुद्दामहून लाकडी घरे बांधून घेतली. त्या घरांच्या भागात कृत्रिम मधमाशांची पोळी तयार करून त्यांच्या वसाहतीमधील प्रत्येक घटकाचे कार्य कसे घडते याचे व्हिडिओ चित्रणही यशस्वीपणे केले. काही वेळेस मधमाशा एक ते दीड हजार मीटर इतक्या अंतरावर व्यवस्थितपणे संदेशवहन पोचवू शकतात असे सिद्ध झाले. या प्रयोगांच्या यशस्वीतेनंतर प्राणीशास्त्रज्ञांना एक नवीन क्षेत्र खुले झाल्यासारखे वाटते आहे. हत्ती, हरण, व्हेल मासे यांसारखे प्राणी आणि इतरही काही पक्षी, कीटक कशा प्रकारे ध्वनीनिर्मिती करू शकतात, यावर 'ॲनिमल कम्युनिकेशन' विभागातर्फे संशोधन सुरू आहे.

-*-*-*-

९. गुलाबी उदराचा पोपट (ऑरेंज बेलीड् पॅरट)

मानेजवळ गर्द हिरवा रंग, पोटाकडे गर्द पिवळा रंग, पिसांना गर्द निळा रंग असा नयनमनोहारी पोपट फक्त ऑस्ट्रेलिया खंडाच्या दक्षिण भागात आढळून येतो. याचे वैशिष्ट्य म्हणजे पोटाच्या मध्यभागात गुलाबी रंगाचा ठिपका स्पष्टपणे दिसतो. सुमारे एकवीस सेमींची लांबी आणि अठ्ठेचाळीस ते एक्कावन ग्रॅम इतके वजन असणारा हा नयनरम्य पोपट युकॅलिप्टसच्या ढोलींमध्ये वास्तव्य करतो. लहान आकाराची फळे, त्यातील बिया हे त्यांचे प्रमुख खाद्य असते. आश्चर्य म्हणजे याची नर-मादी जोडी बरेच वर्ष एकत्रित राहते. मादी एकावेळेस दोन-तीन अंडी ढोलीत घालते. तीन आठवडे सातत्याने ती अंडी उबविण्याचे काम करते. त्या कालखंडात नर त्यांना अन्न आणून देतो. अंड्यातून पिले बाहेर आल्यावर मादी अन्न आणून देण्याचे तर नर पिल्लांना संरक्षण देण्याचे काम स्विकारतात. एप्रिल महिन्यात या भागात हिवाळा सुरू होतो. त्यावेळी यांचे थवे ऑस्ट्रेलियाच्या मध्यभागाकडे स्थलांतर करतात. डेव्ह वॅट्स या पक्षीसंशोधकाने अशा आगळ्यावेगळ्या गुलाबी पोपटांवर खूप संशोधन केले. आता याची संख्या दोनशेच्या आसपास आहे. याचे शास्त्रीय नाव आहे निओफिमा क्रायसोगॅस्टर किंवा ऑरेंज बेलीड् पॅरट.

-*-*-*-

१०. सागरातील मृत ज्वालामुखीच्या विवरात जीवसृष्टी

सजीव सृष्टीची विविधता आणि अति प्रचंड संख्या केवळ पाण्यातच आढळू शकते. पाणी गोड असो किंवा क्षाराचे प्रमाण जास्त असणारे सागरी पाणी असो, त्यात सूक्ष्म सजीवांपासून महाकाय जलचरापर्यंत प्राणी, वनस्पती सृष्टी बहरलेली असते. त्या जलीय सृष्टीचा वेध व शोध घेण्यासाठी संशोधकांची, शास्त्रज्ञांची सातत्याने धडपड सुरू असते.

अशा प्रकारच्या पृथ्वीवरील वेगवेगळ्या प्रदेशात असलेल्या अज्ञात जलसृष्टीची माहिती ज्ञात करून घेण्यासाठी संशोधकांची पथके, अत्याधुनिक साधनसामग्री घेऊन ठिकठिकाणी मुक्काम करतात आणि अथकपणे वर्षानुवर्षे प्रयोग करून नवनवीन माहिती प्रकाशात आणतात.

पलाऊ बेटांमधील जीवसृष्टी म्हणजे अनेक आश्चर्यांचे भांडार आहे. पॅसिफिक महासागरात जपानच्या दक्षिण दिशेस आणि विषुववृत्ताच्या उत्तरेस सुमारे चारशे किलोमीटर अंतरावर पलाऊ देशाचा समावेश होतो. हा देश म्हणजे

लहान-मोठ्या तीस बेटांचा समूह आहे. पूर्वेकडे पॅसिफिक महासागर, तर पश्चिमेकडे फिलिपिन्सचा सागर अशाप्रकारे या बेटांची भौगोलिक विभागणी आहे.

या बेटांपैकी बाबेलथुएप, कोरोर, मालाकूल, पेलेलिऊ, काईबाकू ही बेटे आकाराने मोठी आहेत. त्यांची सरासरी रुंदी पंधरा किलोमीटर आणि लांबी पस्तीस किलोमीटर इतकी भरते. या बेटांचे वैशिष्ट्य म्हणजे त्यांच्या मध्यभागी मृत ज्वालामुखीची मुखे आहेत. हजारो वर्षांपूर्वी लाव्हारस बाहेर टाकणारी मुखे आता पूर्ण निद्रिस्त आहेत. या मुखांची सरासरी रुंदी दीड-दोन किलोमीटर असून, खोली तीन-साडेतीन किलोमीटर इतकी असते. आश्चर्य म्हणजे यांच्या तळाच्या भागात व इतर परिसरात अति सूक्ष्म भेगा असतात. त्यातून सागराचे क्षारयुक्त पाणी तेथे सतत साचलेले असते. जमिनीवर असूनही प्रत्यक्ष सागरापासून दूर अंतरावर असताना त्यांच्यातील पाणी खारट आहे. प्रत्यक्ष पिण्यासाठी या पाण्याचा उपयोग होत नाही; पण त्या क्षारयुक्त पाण्यातील जीवसृष्टीची विविधता संशोधकांना चक्रावून टाकते.

विल्यम हॅमनेर, त्यांची पत्नी सिसिलिआ आणि डेव्हिड डाऊबिलेट हा तज्ज्ञ छायाचित्रकार यांच्या तुकडीने त्या परिसरात दोन वर्षे वास्तव्य करून अज्ञात जीवसृष्टी शोधून काढली आहे. अर्थात त्या प्रकल्पासाठी येणारा प्रचंड खर्च नॅशनल जिओग्राफिक संस्थेने मोठ्या प्रमाणात सांभाळला होता.

मालाकूल बेटांमधील क्षारयुक्त सरोवरांमध्ये जेलीफिशच्या डेंडोनेफ्थाया कोरल्सच्या अतिप्रचंड वसाहती आढळल्या. येथील जेलीफिशना इतर ठिकाणी आढळणाऱ्या जेलीफिशप्रमाणे तंतू नसतात. तंतूविरहित शरीर आणि अत्यंत पारदर्शक त्वचा यामुळे ते सजीव निळ्याशार पाण्यात अत्यंत रमणीय दिसतात. डेडोनेफ्थाया या कोरल्सची वाढ पाण्याच्या अंतर्भागात, सूर्यप्रकाशापासून दूर चांगल्या प्रकारे होते. त्यांच्या शरीरात निर्माण होणाऱ्या स्त्रावामुळे त्यांच्या शरीरावर पिवळा, लालसर, जांभळट असा रंग तयार होतो. अर्थात यामुळे ते सर्व दृश्य अतिशय नयनरम्य दिसते.

काईबाथ सरोवर आणि पॅसिफिक सागर यांना जोडणारा साधारणत: तीनशे पंचवीस फूट लांबीचा, बारा ते पंधरा फूट रुंदीचा नैसर्गिक बोगदा हे एक आश्चर्य आहे. सागराच्या लाटा बाहेरील बाजूस फुटतात आणि त्याचे फेसाळ पाणी आतील भागात संथपणे पसरते. बोगद्याच्या भिंतींमध्ये चुनखडीचे प्रमाण खूप जास्त आहे, त्यामुळे तेथे सदैव हिरव्यागार वनस्पतीची वाढ होते व तो सर्व भाग हिरवागार गालिचा टांगून ठेवल्यासारखा दिसतो.

तंतूंचा रंग गुलाबी

सागरी काकडी या नावाने ओळखल्या जाणाऱ्या या जलचराची खासियत वेगळी आहे. त्याच्या बाह्य भागात असलेल्या तंतूंचा रंग संपूर्ण गुलाबी असतो, त्यामुळे निळ्याशार पारदर्शक पाण्यात ते अत्यंत दिमाखदार दिसतात. या भागात आढळणाऱ्या एक प्रकारच्या जेलीफिशचा डोक्याकडील आकार वर्तुळाकार शिरस्त्राण घातल्याप्रमाणे दिसतो. मधल्या भागात लहान गोलाकार दगड चिटकवून चिलखताचा आकार तयार केल्याचा भास होतो, तर तळाकडील भागात लांबट नळ्या जोडल्याप्रमाणे दृश्य दिसते. हा जेलीफिश पारदर्शक पाण्याच्या पृष्ठभागापासून दहा-बारा फुटावरून संथ गतीने भ्रमण करताना अगदी आगळेवेगळे दृश्य दिसते.

कोरोर बेटांवरील सरोवरांमध्ये विविध प्रकारचे मत्स्य आढळतात. त्यापैकी रोटुंड कार्डिनल फिश म्हणजे विधात्याने तयार केलेले एक अप्रतिम शिल्प आहे. डोळ्यांचा लालचुटूक रंग, तोंडाकडील भागाचा गर्द निळा रंग, मान, पर यांचा काळसर रंग व शरीराच्या इतर भागात चॉकलेटी रंगाचे दिमाखदार ठिपके यामुळे हा मत्स्य केवळ पाहतच राहावा असा आहे.

स्लिक डॉफबील प्रकारचे मासे सदैव जोडीने भ्रमंती करीत असतात. त्यांचा रूपेरी रंग, निळे पारदर्शक पाणी व त्यावर पडलेला सूर्यप्रकाश यामुळे अतिशय चकचकीत दिसते. जणू काही तप्त, द्रवरूप चांदीचा ओघ पाण्यातून तरंगत जात असल्याचा भास होतो. यांच्या तोंडाकडील पुढील भागाचे रूपांतर तलवारीच्या पात्यासारखे असते. त्याचा रंग गर्द पिवळा असतो. संथगतीने पोहणारे ते मत्स्य पाहून जणू काही तलवारी परजीत योद्धा पाण्यातून पोहत जाऊन भक्ष्यावर हल्ला करणार, असा भास निर्माण होतो. येथे वनस्पतिसृष्टीतही विविधता आढळते. येथील वैशिष्ट्य म्हणजे या प्रदेशात आढळणारे जलचर पृथ्वीच्या इतर भागात कोठेही आढळून येत नाहीत. अद्यापही हा प्रदेश पर्यटकांना फारसा ज्ञात झालेला नाही, त्यामुळे तेथील पर्यावरणाला धोका पोचलेला नाही. त्या बेटांवर मनुष्यवस्तीही अत्यंत तुरळक आहे, त्यामुळे अगदी हौशी पर्यटक विमानातून घिरट्या मारताना त्या बेटांवरील जीवसृष्टीची विविधता टिपून घेतात.

-*-*-*-

११. धूर्त प्राणी - कोयोटे

    कोयोटेच्या तोंडाचा, चेहऱ्याचा भाग हुबेहूब कोल्ह्याप्रमाणे असतो. त्रिकोणी खोलगट कान परिसरातील आवाज वेध घेण्यासाठी टवकारलेले. शरीराची एकंदर ठेवण अल्सेशियन कुत्र्याप्रमाणे. अशा रीतीने कुत्रा आणि कोल्हा यांच्या संकरातून निर्माण झालेला कोयोटे हा प्राणी फक्त उत्तर अमेरिकेतील डोंगराळ, गवताळ प्रदेशात आढळतो. पृथ्वीवर आता केवळ बारा ते चौदा हजारांच्या जवळपास कोयोटे शिल्लक आहेत. याचे वजन सुमारे पन्नास ते साठ किलो असते, तर तोंडापासून शेपटीपर्यंत लांबी तीन ते साडेतीन फुटांपर्यंत असते. शेपूट झुपकेदार असून, लांबी एक ते सव्वा फूट असते. सर्व शरीरावर पिवळसर,

काळसर केसांचे दाट आवरण असते.

कोयोटे सदैव अत्यंत सावधपणे हालचाली करतो. त्यांचे घ्राणेंद्रिये अत्यंत तीक्ष्ण असल्याने, त्याला कुजलेल्या मांसाचा तात्काळ सुगावा लागतो. तो स्वत: शिकार करून मांस मिळवत नाही; परंतु दुसऱ्या प्राण्याने केलेली शिकार अत्यंत कल्पकतेने ताब्यात घेतो. एका अर्थाने निसर्ग स्वच्छ राखण्यास त्याची फार मदत होते. दुसऱ्या प्राण्याने एखाद्या प्राण्याला ठार केले असल्यास कोयोटेला त्याचा अचूक सुगावा लागतो. ज्याने शिकार केलेली आहे, त्या प्राण्याला तेथून हुसकावून लावण्यासाठी तो लपूनछपून वेगवेगळे भयानक आवाज काढणे, दिशाभूल करणे असे करून मृत शरीर पळवून नेण्यात तो वाकबगार असतो. कोलोरॅडो प्रांतातील रॉकी पर्वतरांगांमध्ये ससे, हरणे, शेळ्या-मेंढ्या यांची तो हमखास शिकार करतो. कोयोटे सदैव एकलकोंड्या अवस्थेत वावरतो. एखाद्या भागात आपले स्थान प्रस्थापित करतो आणि सतर्कतेने देखभाल करीत असतो. मृत प्राण्याचे शरीर लपवून ठेवण्यात, पुरवून फस्त करण्यात तो कल्पकता दाखवितो.

-*-*-*-

१२. डायनॉसॉरची अंडी शोधताना

डायनॉसॉरस, स्ट्रॅगोसॉरस, ब्रांटोसॉरस इत्यादी अतिभव्य आकाराच्या प्राण्यांची नावे चित्रे आपल्याला माहिती ग्रंथातून, चित्रपटातून, अभ्यास ग्रंथातून केव्हातरी ओळखीची झालेली असतात. गेल्या वीस-पंचवीस वर्षात अमेरिकन चित्रपट निर्मात्यांनी, एकेकाळी पृथ्वीवर राज्य करणाऱ्या त्या अतिभव्य प्राण्यांच्या संदर्भात ज्युरासिक पार्कसारख्या चित्रपटांची निर्मिती करून जगभर प्रचंड उत्सुकता निर्माण केली.

लक्षावधी वर्षापूर्वी पृथ्वीतलावर वावरणारे हे प्राणी आता कोठेही शिल्लक नाहीत हे सत्य आहे. अतिभव्य प्राण्यांचे अवशेष, सांगाडे वेगवेगळ्या देशांमध्ये सापडण्यास १९५५ सालापासून सुरुवात झाली. प्राणी शास्त्रज्ञ, संशोधक, पुरातत्त्व शास्त्रज्ञ यांना उत्खनन करण्यास, संशोधन करण्यास एक निश्चित दिशा

प्राप्त झाली.

आफ्रिकेच्या पूर्व दक्षिण भागात नामवंत संशोधक डॉ. लिकी यांनी अति प्राचीन मानवाचा शोध घेताना अतिभव्य प्राण्यांचे सांगाडे सापडल्याचे जाहिर केले. त्यामुळे संशोधनक्षेत्रात प्रचंड खळबळ माजली. वेगवेगळ्या देशातील शास्त्रज्ञांनी विविध भागांमध्ये उत्खननास सुरुवात केली. उत्तर व दक्षिण अमेरिका खंडात अठ्ठेचाळिस ठिकाणी, युरोपमध्ये एकोणचाळीस ठिकाणी, आफ्रिकेत दोन ठिकाणी तर आशिया खंडात तब्बल एकशेचाळीस ठिकाणी डायनॉसॉरचे अवशेष कमी अधिक प्रमाणात सापडले. भारतात राजस्थान, कच्छ, मध्यप्रदेश, डेहराडून आणि हिमालयाच्या पर्वतरांगांमध्ये अवशेष सापडले आहेत. पृथ्वीच्या वेगवेगळ्या प्रदेशात सापडलेल्या अतिभव्य प्राण्यांचे अवशेष एकत्रित करून त्यावर शास्त्रीय संशोधन करून असंख्य शास्त्रज्ञांनी, चर्चा विचारविनिमय करून मोंटाना, ॲटलांटा, मास्को, बैजिंग या ठिकाणी त्या प्राण्यांची भव्य संग्रहालये उभारण्यात आली. लक्षावधी पर्यटक, अभ्यासक त्या संग्रहालयांना भेट देऊन प्राणीसृष्टीच्या गतकाळाची माहिती घेत असतात.

लक्षावधी वर्षांपूर्वी अतिभव्य आकाराचे प्राणी पृथ्वीवर वावरत होते हे शंभर टक्के सत्य ठरल्यावर ते प्राणी पृथ्वीवरून का, केव्हा, कशा प्रकारे नष्ट झाले असावेत या प्रश्नांची उत्तरे शोधण्यास सुरुवात झाली. वेगवेगळ्या प्रकारची प्रतिपादने करण्यात आली. सर्व मतांचे सार काढल्यास गेल्या तीस-चाळीस लाख वर्षांत पृथ्वीवरील प्राण्यांची संख्या वाढू लागली. मुख्यत: शाकाहारी असलेल्या ह्या प्राण्यांचे आहारमान अतिप्रचंड होते. त्या प्राण्यांनी आपल्या खाद्यसवयी बदलल्या नाहीत. त्यांची सातत्याने उपासमार होत राहिली.

उपासमार, इतर प्राण्यांशी जीवनसंघर्ष, बदलत गेलेले पृथ्वीवरील हवामान इत्यादी विविध कारणांनी डायनॉसॉरची पिछेहाट होत गेली. परिस्थितीनुसार योग्य तो बदल आणि सर्वोत्कृष्ट तेच यशस्वी या डार्विनच्या सिद्धान्तानुसार ते महाकाय प्राणी साधारणत: आठ ते पाच लक्ष वर्षांपूर्वी पृथ्वीवरून पूर्णपणे नष्ट झाले असावेत, असा शास्त्रज्ञांचा अंदाज आहे. रेडिओ, उत्सर्जन, कार्बन तंत्रज्ञान वापरून त्यांच्या जीवाश्मांचा अभ्यास करून या प्राण्यांबद्दल खूप माहिती संकलीत करण्यास यश मिळाले आहे. डायनॉसॉर, स्ट्रॅगोसॉर इत्यादी प्राणी सरीसृप (सरपटणारे) प्रकारचे होते. त्यांचे प्रजनन फलीत अंड्यामार्फत होत असावे हा निष्कर्षही पक्का झालेला होता. अंड्याचा शोध व त्यांच्यापासून होणारी डायनॉसॉरची निर्मिती या संदर्भातील माहिती निश्चित करणे हे संशोधकांसमोर मोठे आव्हान

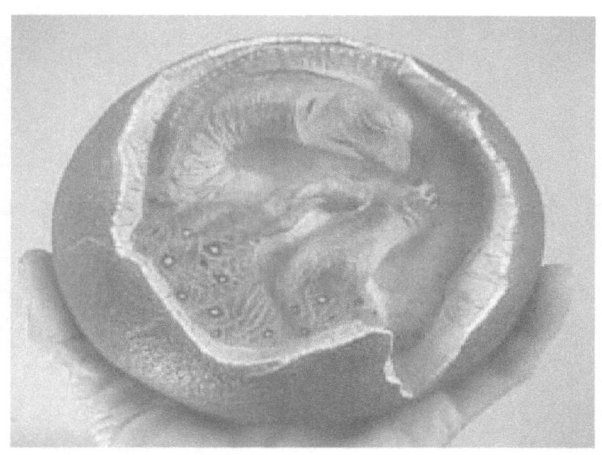

होते.

अल्बर्टा येथील पुरातत्व संग्रहालयाचे संचालक प्रा. फिलीप क्यूरी, त्यांचे सहकारी लुई सिहोयॉस यांना मात्र या संशोधन मोहिमेत १९९५ मध्ये चांगले यश मिळाले. उत्तर चीनमधील हुबेई प्रांतातील ग्रीन ड्रॅगन पर्वत रांगांमधील प्रदेशात उत्खनन करीत असताना गोलाकार, मोठ्या नारळाच्या आकाराचे, साधारणत: बारा ते पंधरा किलो वजनाचे गोळे सापडले.

या प्रकारचे गोळे अर्जेंटिना, मंगोलिया, लिसेस्टर येथेही आढळले. फ्लॉरेन्स येथील मॅकगोव्हर्न पतीपत्नी अशा प्रकारच्या डायनॉसॉरच्या अंड्यांचा आंतरराष्ट्रीय व्यापार करतात, अशीही माहिती संशोधकांना मिळाली. त्यांच्याकडून वेगवेगळ्या आकाराची साडेतीनशे अंडी संशोधकांनी विकत घेतली.

अंड्यांची क्ष किरणांच्या साहाय्याने अद्ययावत तंत्रज्ञान वापरून आतील भागांचे छायाचित्रण करण्यात आले. अंड्यात सुमारे आठ इंच लांबीच्या डायनॉसॉरच्या गर्भाचेही छायाचित्रण करण्यात यश मिळाले. एका गर्भाच्या चारही पायांची व्यवस्थित वाढ होऊन त्याला नख्या असल्याचेही स्पष्ट झाले. गर्भाच्या रचनेची छायाचित्रे काढून त्यानुसार मॉडेल तयार करण्यात आली. मॉडेल्सच्या साहाय्याने डायनॉसॉरच्या शरीराची कशा प्रकारे वाढ झाली असावी याचा अंदाज तयार करता आला. लक्षावधी वर्षांपूर्वी पृथ्वीवरील घडामोडींमुळे जमिनीत थंड झालेल्या लाव्हारसात गाडली गेलेली, डायनॉसॉरची अंडी प्राणीसृष्टीची अनेक रहस्ये उलगडून दाखवू शकणार आहेत.

--*-

१३. शिंगे असलेल्या माशा आणि संशोधन

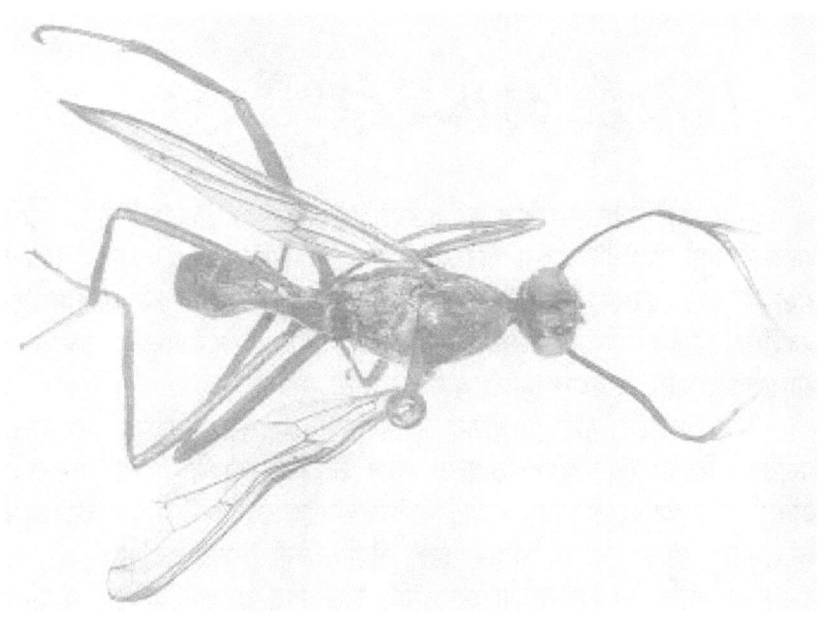

कीटक ही प्राणीसृष्टीतील एक महत्त्वाची उपजाती आहे. कीटकाच्या उपजातीत घरमाशा, मधमाशा, डास, फुलपाखरे, कोळी, ढेकूण, पिसवा इ. अनेक लहानमोठ्या आकाराच्या प्राण्यांचा समावेश होतो. फुलपाखरांच्या जातीचा अभ्यास करताना त्यांचा आकार, पंखांची ठेवण, पंखांवरील ठिपके इत्यादी वैशिष्ट्यांची निरीक्षणे करून उपजाती निश्चित केल्या जातात. कीटक उपजातीमध्ये सुमारे दीडलक्ष विविध वैशिष्ट्यांच्या प्राण्यांचा समावेश केला जातो.

अमेरिकेतील इंडिआना स्टेट विद्यापीठातील कीटक संशोधक प्रा. गॅरी डॉडसन, डॉ. मार्क मोफेट संशोधन करीत असताना पॅसिफिक महासागरातील न्यू गिनी बेटांवर त्यांना अत्यंत वेगळ्या स्वरूपाच्या माशा आढळून आल्या.

'फायटालमिआ सेर्व्हीकोर्निस' असे शास्त्रीय नाव असलेल्या या माशांमध्ये डोक्याच्या वरील भागात दोन शिंगासारखे भाग दिसून आले. त्या शिंगसदृश्य अवयवांचा वापर एकमेकांवर हल्ला करण्यासाठी, नामोहरम करण्यासाठी, पिटाळून लावण्यासाठी व्यवस्थितपणे करण्यात येतो, असे आढळले. ज्याप्रमाणे सांबर, ईल्क, रेनडिअर त्यांच्या शिंगांचा वापर स्वरक्षणासाठी करतात, त्याचप्रमाणे या माशाही अवयवांचा वापर करतात हे निश्चित झाले.

अत्यंत परिश्रमपूर्वक त्यांनी या सर्व घटनांचे छायाचित्रण करून कीटक संशोधनात आमूलाग्र भर घातली आहे. विसाव्या शतकात अल्फ्रेड वॅलेस या संशोधकाने मलायाच्या जंगलामध्ये कीटकसंशोधन केले होते. त्याच्या नोंदणीनुसार सूक्ष्मदर्शकाच्या सहाय्याने केलेले निरीक्षण अतिशय उपयुक्त ठरले. काही प्रकारच्या माशांमध्ये डोक्यावर शिंगांप्रमाणे अवयव असतात. अशा प्रकारची नोंद विख्यात संशोधक चार्लस डार्विन याने पण केलेली होती.

तब्बल पाच वर्षे सातत्याने संशोधन केल्यानंतर मलाया, न्यूगिनी येथील अरण्यांमध्ये शिंगेसदृश्य अवयव असलेल्या 'फायटालमिआ अलसिकोर्निस, फायटल मिआ मॉलडिसी, क्रिप्टोडिओपसिस व्हायटी' अशा माशांच्या उपजातींचा शोध लागला. अत्यंत प्रगत तंत्रज्ञान, छायाचित्रणाची आधुनिक साधने यांचा वापर करून त्यांनी केलेले छायाचित्रण म्हणजे संशोधनवृत्तीची कमाल मर्यादा ओलांडलेली आहे. सरासरीने या माशांची लांबी दीड ते दोन से. मी. असते. त्यांच्या डोक्यावरच्या वरील पुढील भागात पाव ते अर्धा सें. मी. लांबीचे दोन अवयव असतात. ते जाडसर अवयव शरीररचनेत एकदम उठून दिसतात. त्या अवयवांची व्यवस्थितपणे हालचालही होत असते. विशेष करून मादीला आकर्षून घेण्यासाठी दोन तुल्यबळ नरांमध्ये जेव्हा लढाई जुंपते तेव्हाचे छायाचित्रण करण्यात डॉ. मार्क मोफेट यशस्वी ठरले. ज्याप्रमाणे सांबरशिंग, बोकड, गेंडे एकमेकांशी टक्कर देतात, स्वत:चे शारीरिक श्रेष्ठत्व सिद्ध करण्यासाठी एकमेकांवर हल्ला चढवितात. अगदी त्याचप्रमाणे या माशांचा अविर्भाव असतो. फक्त त्यांच्या तुलनेत या माशांचा आकार खुप लहान असतो एवढाच फरक जाणवतो.

काही वेळेस प्रजनन काळात मादीच्या शरीराच्या पोटाकडील भागात अंड्यांचे पुंजके तयार होतात. त्या सुमारास शुक्रजंतूमार्फत अंडी फलीत होण्याची अपेक्षा असते. मादी योग्य त्या नराच्या शोधात असते. तिच्या शरीरातील ग्रंथीपासून एक प्रकारचा द्राव स्त्रावू लागतो. द्रवामार्फत उग्र दर्प निर्माण होतो. त्यावेळी पुनरुत्पादनाची क्रिया सुरू होते.

फलन पूर्ण होण्यासाठी नरांमध्ये स्पर्धा सुरू होते. अशा काळात मादीला आकर्षून घेण्यासाठी, जिंकून घेण्यासाठी दोन तुल्यबळ माशांमध्ये लढत रंगते. ज्याप्रमाणे कुस्तीच्या खेळात दोन पहिलवान प्रथम एकमेकांच्या शारीरिक बळाचा अंदाज घेतात. त्यानुसार त्यांच्या हालचाली सुरू होतात. नंतर शिंगामार्फत टकराटकरी सुरू होते. काही वेळेस मागील दोन पायांवर उभे राहून शिंगांचा वापर करून त्यांच्यातील लढत चांगल्या प्रकारे रंगते. डोक्याच्या विशिष्ट हालचाली करून शिंगांचा प्रहार केला जातो. अखेरीला कमकुवत नराचा पराभव होतो आणि तो यशस्वी माघार घेतो.

काही वेळेस शिंगाचा वापर करून मादीला सहजपणे वश केले जाते. तिच्याशी समागम झाल्यानंतरही काही सेकंद नर त्याच अवस्थेत टवकारलेले शिंगे वापरलेल्या स्थितीत राहतो. या कृतीमुळे दुसरा नर तात्काळ मादीवर आक्रमण करू शकत नाही. क्वचित प्रसंगी दोन नरांमध्ये शिंगामार्फत होणारी लढाई मादी स्वत: उपस्थित राहून पाहते. अशा वेळी तिला वश करण्यांसाठी प्राणपणाने लढत दिली जाते. फायटलमिआ सेव्हीकोर्निस माशांमधील शिंगे कालांतराने गळून पडतात व पुन्हा त्यांची वाढ होते, असेही शास्त्रज्ञांच्या लक्षात आले आहे. आग्नेय आशियातील जंगलात आढळून येणाऱ्या व्हायटीई माशांना शिंगांऐवजी खुंट असतात व त्यांची वाढ होत नाही. या ठराविक माशांना (फ्लाय) शिंगे का तयार झाली असावीत? शिंगांची वाढ होण्यासाठी कोणते जिनस् कारणीभूत ठरतात? शिंगे कोणत्या पदार्थांपासून तयार होतात इ. अनेक प्रश्नांवर संशोधक निरीक्षण करीत आहेत.

-*-*-*-

१४. प्राणवायूशिवाय जगणारे सजीव

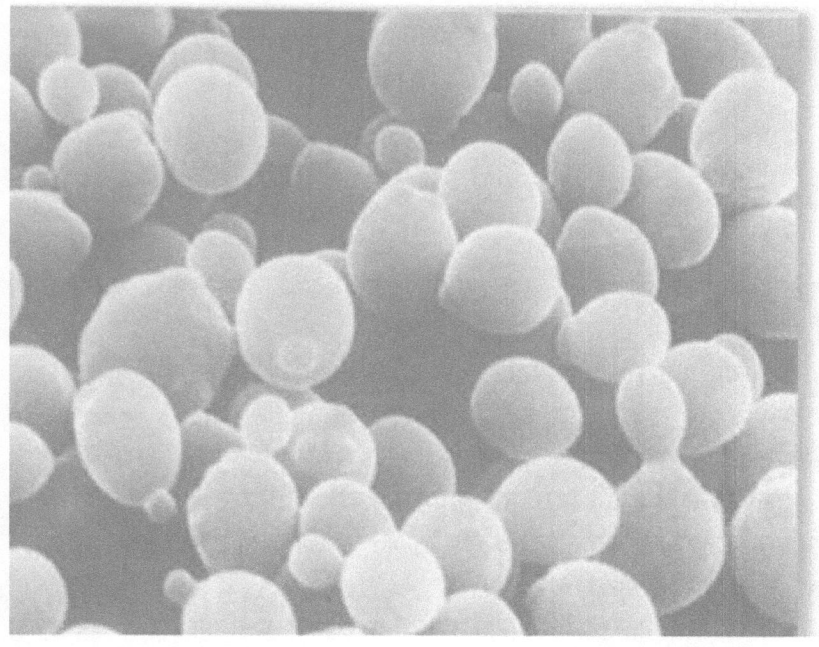

ऑक्सिजन उर्फ प्राणवायू म्हणजेच खऱ्या अर्थाने सजीवांची संजीवनी आहे. प्राणवायू थोडा काळ उपलब्ध न झाल्यास मृत्यू येतो. मृत्यू म्हणजेच पेशींच्या आयुष्यातील कार्याची संपूर्ण समाप्ती होय.

परंतु काही सूक्ष्म सजीव या क्रियेला अपवाद असतात. प्राणवायू शिवाय ते श्वसन करतात, त्यांची वाढ होते आणि जीवनक्रिया पूर्ण होते. यीस्ट नावाची अतिसूक्ष्म वनस्पती, काही प्रकारचे जीवाणू प्रामुख्याने ऑक्सिजन विरहीत श्वसन करतात.

ऑक्सिजन विरहित श्वसनामार्फत विविध प्रकारच्या उपयुक्त क्रिया घडतात.

दुधाचे रूपांतर दह्यामध्ये होणे, बियांचे प्राथमिक अवस्थेतील बीजांकुरण या क्रिया ऑक्सिजन शिवाय घडतात.

याचप्रमाणे जीवाणूंमार्फत इथिल अल्कोहोल निर्मिती होताना लॅक्टिक आम्ल आणि कार्बन डाय ऑक्साईड वायू तयार होतो. पदार्थ आंबवण्याच्या क्रियेत ऑक्सिजन विरहित श्वसन कार्यरत असते. आंबण्याची क्रिया घडण्यास ऑक्सिजनची जरुरी नसते. या क्रियेमार्फत ब्रेड, बिस्किटे, अल्कोहोल यांची निर्मिती केली जाते. जीवनसत्वे आणि प्रतीजैवके (अँटीबायोटिक्स) तयार करण्यास ही क्रिया उपयुक्त ठरते.

ॲनोरोबिक उर्फ ऑक्सिजन विरहित श्वसन घडण्यास प्रयोगशाळेतील निश्चित तापमान कायम असावे लागते.

-*-*-*-

१५. शेळ्या-मेंढ्यांचा सच्चा मित्र 'कोमोंडोर कुत्रा'

विस्तृत दूरपर्यंत पसरलेल्या कुरणांमध्ये चरणाऱ्या शेळ्या, मेंढ्यांची राखण करणे ही जगाच्या पाठीवरील मेंढपाळांची मोठी डोकेदुखी असते. लांडगे, कोल्हे इत्यादी हिंस्र प्राणी किंवा काही प्रसंगी माणूस हे शेळ्या-मेंढ्यांचे शत्रू असतात. मेंढ्यांप्रमाणेच भरपूर लोकर, शरीर रचना खूपशी मेंढ्यांप्रमाणेच कळपात सहजपणे ओळखू न येणारा हा कोमोंडोर कुत्रा निर्माण करण्यात अमेरिकन ॲनिमल डेव्हलपमेंट विभागाल यश आले आहे.

डुबोईज (इडाहो) येथील प्राणी संशोधन केंद्रात गेली दहा-बारा वर्षे डॉ. ग्रीन, प्रा. रॉजर वूडरफ या निर्मितीसाठी प्रयोग करीत होते. त्यांनी तीक्ष्ण शक्तिवान कुत्रा आणि मरीनो मेंढी यांच्यात संकरण करून कोमोंडोर कुत्रा निर्मिण्यात यश मिळविले. त्या कुत्र्यांवर भरपूर लोकर असते. सुमारे साडेतीन चार फुटांची लांबी, सव्वाशे पौंडापर्यंतचे वजन असलेला कोमोंडार कळपात अगदी बेमालूम राहू शकतो.

　　या कुत्र्याची वैशिष्ट्ये म्हणजे कळपाच्या बाहेरच्या भागात राहून हिंस्र प्राण्याचे निरीक्षण करतो. एखादा शत्रू आढळल्यास विशिष्ट ध्वनिसंकेत करून मेंढ्यांना वेळीच कल्पना देतो. टप्प्यात येताच आपल्या तीक्ष्ण नखांनी, सुळ्यांनी शत्रूवर वेगाने हल्ला चढवितो. कोमोंडोर तसा खेळकर कुत्रा असून मेंढपाळांशी तो वेगवेगळ्या कसरती करतो. कोमोंडोर कुत्र्याची व्यवस्थित निर्मिती करून सध्या अमेरिकेत या प्रकारचे दीड हजार कुत्रे वेगवेगळ्या मेंढपाळांना वापरण्यास दिले आहेत. दीडशे एकरांमध्ये दोन तीन कोमोंडोरप्रमाणेच मेंढ्यांचे रक्षण करणाऱ्या कुत्र्यांच्या काही प्रसिद्ध जाती पुढीलप्रमाणे : फ्रान्समधील ग्रेट पायरीनीस, हंगेरीतील कुवाझ, इटालीतील मारेमा, तुर्कस्तानमधील अकबारा इत्यादी.

-*-*-*-

१६. हवाईएन हंसपक्ष्यांना जीवनदान देण्याची गरज

पृथ्वीतलावर पक्ष्यांच्या विश्वात असंख्य उपप्रकार आहेत. बहुतांशी पक्षी जमिनीवर, वृक्षांवर वास्तव्य करून गगनात भरारी मारतात. आकाशात स्वैर संचार करताना त्यांच्या नयन मनोहरी हालचाली, त्यांच्या पंखांवरील रंगसंगती आणि थव्याथव्याने उड्डाण करण्याच्या सर्वच घडामोडी म्हणजे आकाशाचे सौंदर्य आहे. पक्ष्यांच्या निवडक जाती मात्र जास्त करून पाण्याचा आश्रय पसंत करतात. पाणकोंबडी, बगळा, हंस, बदक यांच्यामार्फत पाण्यात वावरणाऱ्या पक्षी वर्गाचे महत्त्व फार वाढते.

पॅसिफिक महासागरात पश्चिम अमेरिकाच्या सागरतीरांपासून सुमारे दोन हजार किमी अंतरावरील हवाई बेटांचा समूह निसर्गरम्यसृष्टीसाठी प्रसिद्ध आहे. त्या बेटसमूहांमध्ये ओहू, माओई, कुआई इत्यादी लहान बेटांचा समावेश होतो. त्या बेटांवर 'ब्रांटा सँडव्ही सेनेसिस' हे शास्त्रीय नाव धारण करणाऱ्या नीती या स्थानिक नावाने ओळखल्या जाणाऱ्या हंस पक्ष्यांचे संरक्षण आणि त्यांच्या

वंशाची वाढ करण्याचे प्रयत्न म्हणजे गेल्या ऐंशी वर्षांचा एक चित्तथरारक इतिहास आहे.

सुमारे दीड-दोन फूट उंची, चोच व मानेचा काळा रंग, मानेच्या इतर भागांचा रंग पांढरा आणि पाखांवर काळ्या, पांढऱ्या रंगाचे पट्टे असणारा हंसपक्षी पाण्यात अतिशय संथगतीने, विशिष्ट डौलदार प्रकारे पोहतो. शरीर अत्यंत कमनीय असून चोचीच्या वरच्या भागाचा रंग निळसर, खालच्या चोचीचा रंग काळसर असतो. पायाची बोटे जाड कातडीने सलगपणे जोडलेली असतात. यांचे जास्त सौंदर्य खुलून दिसते ते आकाशात स्वैरसंचार करताना. पसरलेले पाख जवळजवळ चार फूट रुंदीचे असतात. साधारणत: सात आठ हंसांचा थवा जमिनीपासून शंभर सव्वाशे फुटांवरून उडताना अतिशय आकर्षक स्वरूपाचा दिसतो.

बऱ्याचवेळा ते तलावाच्या काठांवरील साचलेल्या, संथ पाण्यात संपूर्णपणे स्तब्धतेने उभे राहतात. त्यावेळी त्यांचे पाण्यात तयार झालेले प्रतिबिंब काही आगळ्याच स्वरूपाचे भासते. तलावाच्या काठांवरील दलदलीच्या प्रदेशात बहुतेक वेळेला ते जोडीजोडीने वावरतात. अंडी घालण्यासाठी, अंड्यांना ऊब देण्यासाठी सुरक्षित जागेचा शोध घेण्याचे कार्य ऑक्टोबर महिन्यापासून सुरू होते.

अमेरिकेतील स्मिथसेनिअन संस्थेचे संचालक आणि जागतिक दर्जाचे पक्षी निरिक्षक डॉ. डिल्लॉन रिप्ली यांनी इ. स. १९७० पासून या पक्षीवर्गाचा सातत्याने पाठपुरवठा केला. ते आणि त्यांचे संशोधक सहकारी हवाई बेटांवर वेळोवेळी जाऊन निरीक्षणे करीत असत.

त्यांना उपलब्ध झालेल्या माहितीनुसार साधारणत: दोन हजार वर्षांपूर्वी मध्य अमेरिकेतून ते हंसपक्षी हवाई बेटांवर स्थलांतरित झाले असावेत. ते पक्षी कोणत्या कारणास्तव स्थलांतरित झाले याचा पाठपुरावा इतर पक्षीसंशोधक करीत आहेत. कारण 'ब्रॉटा सँडव्ही सेसेसिस' या प्रजातीचे हंस आता पृथ्वीतलावर हवाई बेटांशिवाय कुठेही आढळत नाहीत. शास्त्रज्ञांच्या मते, मध्य अमेरिकेत सुमारे पाच हजार वर्षांपूर्वी काही भौगोलिक बदल सुरू झाल्याने हंस पक्षी तेथून बाहेर पडले. वर उल्लेखलेली हंसपक्ष्यांची जात निर्माण होण्यासाठी मात्र त्यांच्या शरीरात बदल घडण्याची क्रिया दहा हजार वर्षांपूर्वीपासून सुरू झाली असावी. त्या पक्ष्यांचे अवशेष कॅनडा, स्वीडनमधील शास्त्रज्ञांना प्राप्त झाले आहेत. त्यावरून हा निष्कर्ष काढता येतो.

या पक्ष्यांची संख्या इ. स. १९१८ सुमारास पन्नास हजारच्या जवळपास होती; परंतु त्यांचे रुचकर मांस, पिसांपासून तयार करण्यात आलेल्या प्रेक्षणीय वस्तू यामुळे त्यांची सातत्याने हत्या करण्यात आली. विशेष करून हवाई बेटांवरून व्हेलमाशांची शिकार करण्यासाठी दर्यावर्दी बोटीतून महिनोन् महिने सागरभ्रमंती करीत. त्यावेळी याच हंसपक्ष्याचे मांस टिकून राहत असे, रुचकर लागत असे, म्हणूनही त्यांची मुद्दामपणे शिकार केली जाई. ती प्रथा इ. स. १९८० पासून पूर्णपणे बंद करण्यासाठी हवाई सरकारने कडक कायदे केले.

हर्बर्ट शिपमन या पक्षीतज्ज्ञाने इ. स. १९२८ मध्ये हवाई बेटांमध्ये केवळ या हंसपक्ष्यांचा पाठपुरावा करण्यासाठी प्रदीर्घ मुक्काम केला. त्याने काही हंसांच्या जोड्या विमानाने इंग्लंड, कॅनडा, अमेरिका येथील प्रयोगशाळेत पाठवून त्यावर संशोधन करणे आणि प्रजनन करून त्यांची संख्या वाढविण्याचे प्रयत्न केले. त्यामध्ये त्याला काही प्रमाणात यश आले. परंतु हवाई बेटांपासून दूर अंतरावर उत्तर गोलार्धातील ते पक्षी जगू शकत नाहीत, असे त्यांच्या लक्षात आले. हवाई बेटांवरील हिलो हिलो नावाच्या बेटावर त्याने हंस निर्मितीचे केंद्र यशस्वीरीत्या आठ वर्षे कार्यरत केले होते. परंतु इ. स. १९४६ मध्ये हवाईच्या प्रदेशात भूकंपाचे प्रचंड धक्के बसून समुद्रात मोठमोठ्या लाटा उसळल्या. पाणी त्या पक्षीकेंद्रात अचानकपणे घुसले आणि बरेचसे हंसपक्षी मृत झाले.

होनोलूलू येथील प्राणी संग्रहालयात इ. स. १९९० पासून एका स्वतंत्र विभागात हंस पक्षी पाळले आहेत. ते मात्र फार चांगल्या प्रकारे वाढत आहेत. पर्यटकांना हंसपक्ष्यांचे फार मोठे आकर्षण असल्याने तेथे कायमस्वरूपी केंद्र तयार करण्यात आले आहे.

डेन्मार्क, स्वीडन, फ्रान्स, जर्मनी या देशांमध्ये खास विभाग करून हंस पक्ष्यांची संग्रहालये तयार करण्यात आली आहेत. हवाई बेटांवरील हंस पक्ष्यांना ओळखण्यासाठी त्यांच्या पायात रेडिओ कॉलर्स बसविण्यात आले आहेत. आमच्या मोजणीनुसार सुमारे सातशे हंस पक्षी या परिसरात होते.

अशा या अत्यंत देखण्या, वेगळ्या गुणधर्माच्या, वैशिष्ट्यांच्या हंसपक्ष्याला वाचविण्यासाठी मात्र गेल्या शंभर वर्षात केलेले प्रयत्न आता अत्यंत यशस्वी झालेले आहेत. पृथ्वीतलावरून नष्ट होण्याच्या अवस्थेत असलेला हंसपक्षी आता जिवंत राहिला आहे, ही उल्लेखनिय बाब आहे.

-*-*-*-

१७. संशोधकांसाठी आव्हान ठरलेला प्राणी : वटवाघूळ

वटवाघूळ, पक्ष्यासारखा दिसणारा परंतु इतर अनेक शारीरिक गुणधर्म वेगवेगळे असणारा अपत्यजनक प्राणी. प्राण्यांमधील विविधतेमध्ये भर घालण्यासाठी निसर्गाने वटवाघूळाची शरीररचना पूर्णपणे बदलून टाकलेली आहे. चारी पायांमधील शक्ती जास्त करून एकवटलेली आहे; ती मागील दोन पायात झालेल्या बदलामध्ये. मागील दोन पायांना बोटामध्ये जोडणारे कातडी पडदे अत्यंत सुसूत्रपणे कार्य करतात. त्यांचे जणू पंखात रुपांतर झालेले असते.

शरीराचा आकार निमूळता व मध्यभागी थोडा फुगीर. यामुळे उडताना हवेचा विरोध खूप कमी होतो. शरीराचे वजन कमी झाल्याने आणि पंखाप्रमाणे पायांचे रूपांतर झाल्याने वटवाघूळ पक्ष्याप्रमाणे बिनधास्त, हवेत स्वैर संचार करते. इतर कोणतेही गुणधर्म पक्ष्याप्रमाणे नसल्याने आणि आश्चर्य म्हणजे लहान

पिल्लांना इतर सस्तन प्राण्यांप्रमाणे जन्म देणारा वटवाघूळ दिसण्यास उड्डाणास पक्ष्याप्रमाणे; परंतु अपत्यजनक सस्तन प्राणीवर्गात त्याची जागा आहे.

वटवाघळांवर पिढ्यान् पिढ्या अन्याय झालेला आहे तो अंधश्रद्धेमुळे. वटवाघळाच्या तोंडावळा काहीसा क्रूर प्राण्याप्रमाणे आहे. समोरील दात मोठे आणि जबड्याच्या बाहेर डोकावणारे. वेगाने उड्डाण करताना त्यांचे दात समोरच्या प्राण्यांना ओरखडतात, रक्त काढतात. एवढ्या काही घटनांमुळे वटवाघूळ रक्तपिपासू आहे, रात्रीच्या अंधारात एकदम हल्ला चढवून नरडीचा घोट घेते, केवळ मानवी रक्तावरच जगते इत्यादी गैरसमजूती गोष्टीतून, नाटकातून, इंग्लिश वाङ्मयातून पसरविल्या गेल्या. याचा परिणाम म्हणजे जगभर वटवाघळांची प्रचंड हत्या झाली. त्यातच भर म्हणून त्यांची दृष्टी अत्यंत भेदक, चपखळ असल्याने रात्रीच्या अंधारात त्यांना केसाइतकी जाडसर वस्तूसुद्धा अचूकपणे दिसते. निशाचर स्वरूपात वटवाघळे बिनधास्तपणे उड्डाण करतात. झाडांना लागलेल्या फळांचा फन्ना उडवितात. या कारणास्तव वटवाघळांबद्दल शेतकरी, शास्त्रज्ञ आणि सामान्यजन यांच्यात तिरस्काराची भावना पिढ्यान् पिढ्या जोपासली गेली.

परंतु एकोणीसाव्या शतकात प्राणीतज्ज्ञांचे लक्ष वटवाघळांकडे वेधले गेले. रात्री उड्डाण करताना पंखामार्फत विशिष्ट ध्वनिलहरी ते निर्माण करतात. त्या ध्वनिलहरी समोरच्या आडथळ्यांवर आदळून प्रतिध्वनी निर्माण करतात. त्यांच्या कानांची रचना इतकी अप्रतिम असते की, अतिसूक्ष्म परावर्तित ध्वनिलहरी गोळा करून अतिबारीक तारांचे जाळे, मानवी केस, डासांसारखे कीटक इतक्या सूक्ष्म गोष्टींचा ठावठिकाणा त्यांना अंधारात कळू शकतो. वस्तू दिसत नाही; परंतु त्याचा आकार आणि अंतर समजते. याच गुणधर्माचा उपयोग करून शास्त्रज्ञांनी रडार यंत्राचा शोध लावला. त्या यंत्रामार्फत शत्रूचे विमान दिसत नाही; परंतु रडारच्या पडद्यावर त्याचा आकार आणि ठावठिकाणा समजू शकतो.

डॉ. मेरिन टूटल आणि त्याच्या सहकाऱ्यांनी वटवाघळांवर प्रचंड संशोधन केले आहे. हा प्राणी हवेत उडणारे असंख्य त्रासदायक कीटक, वाळवी इ. उपद्रवी सजीवांना फस्त करतो. निवडुंग किंवा वडासारख्या वृक्षांचे बीज प्रसाराचे काम बिनधोकपणे करतो. ज्या हानिकारक कीटकांमार्फत कोट्यवधी किमतीच्या वनस्पती, वृक्ष, लाकूड नष्ट केले जाते, त्याचा व्यवस्थित समाचार घेतो. वाळवंटात अनेक विषारी सर्प, विंचू असतात. त्यांना बरोबर हुडकून नष्ट करतो. ठराविक ध्वनी निर्मिती करून त्रासदायक झुरळांना त्यांच्या वसाहतीबाहेर काढून

फस्त करतो इत्यादी अनेक उपयुक्त कार्ये वटवाघळातर्फे केली जातात.

उत्तर अमेरिकेतील, मेक्सिकोमधील काही पिकांवर कीटकांमार्फत रोग पडून उत्पादनात घट होऊ लागली. त्यावर संशोधन करताना प्राणी संशोधकांनी एक वेगळ्याच मुद्यांचा संदर्भ लागला. त्या परिसरातील वटवाघळांची मोठ्या प्रमाणात हत्या केली जात असून बेकायदेशीरपणे विक्री केली जात आहे, असे लक्षात आले. तेथील काही खोलवरच्या खाणी, गुहा यांच्यामध्ये जाळ्या लावून, विषारी वायू सोडून वेगवेगळ्या प्रकारे वटवाघळे नष्ट केली जात आहेत. वटवाघळे पकडून त्यांचा चोरटा व्यापार चीन, तैवान, कोरिया इत्यादी राष्ट्रांकडे केला जात आहे, असे उघडकीला आले.

इ. स. १९९४ मध्ये अशा प्रकारे होणारा वटवाघळांचा व्यापार लक्षात आल्यावर अमेरिकन पक्षी संरक्षण खात्याने पाहणी केली. काही कॉलनीत वटवाघळांची संख्या सरासरीने ७० ते ८० हजार असायची, तेथे फक्त ८ ते १० हजार वटवाघळे शिल्लक असल्याचे आढळते.

वसाहतीमधील प्रत्येक वटवाघूळाकडे संरक्षण, अन्न जमविणे, नवजात पिल्लांचे संगोपन इत्यादी कार्य विभागली असल्याचे रिमोर्ट सेन्सॉर्स मार्फत कळाले. पेनीसिल्हानिया प्रांतातली कॅनोई थ्रीक स्ट्रेट पार्क येथे आढळलेल्या वसाहतीमध्ये तब्बल चार लाख वटवाघळे होती. या सर्वांवर मात केली ती सॅन अँटोनियो प्रांतातील ब्राकन केव्हज परिसरातील वसाहत ही वटवाघळांची वसाहत तब्बल ४ कि. मी. लांब आणि १.५ कि. मी. रुंद आहे. त्यात २० लाख वटवाघळांनी वस्ती केली आहे. त्यांचा रंग लालसर असल्याने त्या एकूण परिसरातील दगडांचा रंग दूरवरून लालसर दिसू लागला. सायंकाळच्या सुमारास भक्ष्य शोधण्यासाठी ही वटवाघळे एकदम उड्डाण करतात, तेव्हा आकाश झाकोळल्यासारखे दिसते. ते दृष्य टिपण्यासाठी हौशी पर्यटक तेथे अजूनही जमतात.

शोध घेता उत्तर अमेरिकेत वटवाघळांच्या ३६ उपजाती निश्चित झाल्या. उड्डाण करताना रॉकेटप्रमाणे झेप घेऊन पाण्याच्या तळभागाला समांतर होऊन, जीभ सुमारे ४ ते ५ इंच तोंडाबाहेर काढून ते पाणी कसे पितात, काही वटवाघळे बेडकांना कसे फस्त करतात इत्यादी आगळीवेगळी माहिती उपलब्ध झालेली आहे.

१८. बेडूक फस्त करणारी वटवाघुळे

वटवाघूळ. अनेक अर्थाने लक्ष वेधून घेणारा वैचित्र्यपूर्ण प्राणी. दिसायला, उडायला थेट पक्ष्याप्रमाणे पण त्वचेवरील केस, बाह्यकर्ण, लहान पिलांना जन्म देणे इत्यादी गुणधर्मामुळे सस्तन वर्गातील प्राणी. पुढच्या पायांचे रूपांतर पंखात झाल्याने सहजपणे उड्डाण करू शकणारा, रक्त उष्ण या सर्व वैशिष्ट्यांमुळे फ्लाईंग मॅमल (उडणारा सस्तन) हा त्याचा शास्त्रीय वर्ग निश्चित करण्यात आला. डोळे बऱ्याच प्रमाणात कमकुवत, नख्या सोडल्यातर स्वत:च्या रक्षणाची सोय नाही. यामुळेच शत्रूपासून बचाव करण्यासाठी दिवसभर अंधाऱ्या अडगळीत; गर्द फांद्याच्या वळचणीला लपून राहायचे.

मागील पाय भक्कम आणि वक्राकार नख्या यामुळे कोणत्याही आधाराला उलटे टांगून, लटकून राहायचे. उलटे टांगल्याने मेंदूकडे रक्तप्रवाह वाढला तरी अपाय नाही कारण तेथील रक्तवाहिन्या चांगल्या भक्कम असल्याचे शास्त्रज्ञांना

आढळून आले. उलटे टांगून घेतल्याने दिसायला वैचित्र्य, पंखामुळे शरीर झाकले जाणे यामुळे आपोआप संरक्षण उपलब्ध होते. दृष्टी अधू पण श्रवण केंद्र भरपूर कार्यक्षम. याचा फायदा घेत रात्रीच्या अंधारात झपाट्याने उडतांना, चुकले भागलेले कीटक, अळ्या सहजपणे मिळतात. इतर बहुतांशी पक्षी त्यावेळी विश्रांती घेत असल्याने शत्रूचा त्रास नाही अन्नाचा पुरवठा भरपूर.

वटवाघळांचे अंधारातील अचूक उड्डाण शास्त्रज्ञांना विस्मयकारक वाटले. अनेक प्रयोगावरून, निरीक्षणानुसार त्यातील रहस्य उमगून आले. वेगाने उड्डाण करताना त्यांच्या पंखांमार्फत, सूक्ष्म ध्वनीलहरी निर्माण केल्या जातात. त्या ध्वनिलहरी कोणत्याही अडथळ्यांवर आदळून परावर्तीत होतात. कार्यक्षम ध्वनीकेंद्रात जमा होऊन त्यामार्फत समोरील पदार्थांचे अचूक ज्ञान होते. वटवाघूळांचे श्रवणकेंद्र किती तल्लख आहे हे काही प्रयोगांवरून सिद्ध झाले. एका मोठ्या पिंजऱ्यात काही भुकेलेली वटवाघुळे कोंडून ठेवण्यात आली. रात्री ठराविक वेळी पिंजऱ्याच्या एका बाजूस भक्ष्य म्हणून कीटक सोडण्यात आले. बरोबर झेपावून वटवाघुळांनी कीटकांना फस्त केले. काही दिवसांनी त्यांना याप्रमारे भक्ष्य मिळण्याची सवय झाली. अशावेळी ०.००१ मिलीमीटर्स जाडीच्या अतिसूक्ष्म आकाराच्या तारांचे जाळे पिंजऱ्यात त्यांच्या नकळत लावण्यात आले. पलीकडे नेहमीप्रमाणे भक्ष्य होते. वटवाघुळे त्यांच्याकडे झेपावली पण वाटेतील अडथळा जाणून त्या जाळ्याला न धडकता परत फिरली! त्यांचा वेग, अंधारात उडण्याची पद्धत यामुळे इतर कोणत्याही प्राण्याला ते अतिसूक्ष्म जाळे दिसणे शक्यच नव्हते. या प्रकारचे विविध प्रयोग करून वटवाघळांचे श्रवणकेंद्र अतिशय तल्लख आहे हे सिद्ध झाले. ध्वनिनिर्मिती, अडथळ्यांना परावर्तित झालेल्या ध्वनी लहरींचे ग्रहण यांचा उपयोग शास्त्रज्ञांनी 'रडार' यंत्र तयार करण्यात केला. विशिष्ट क्षमतेच्या ध्वनीलहरी पाठवायच्या, विमानांवर आदळून परावर्तित झाल्यावर तत्काळ ग्रहण करून त्या विमानांचा सर्व प्रकारचा ठावठिकाणा 'रडार'मध्ये उपलब्ध होतो.

स्मिथ्सोनिअन इन्स्टिटट्यूट, नॅशनल जिओग्राफिक सोसायटी मधील डॉमर्लीन ट्यूटल डॉ. स्टॅन्ले रँड यांच्या संशोधक तुकडीला अचूकपणे बेडकांना उचलून खाणाऱ्या वटवाघळांचा शोध १९७५ मध्ये लागला. पनामा कालव्याजवळील प्रदेशात, कोलोरॅडो भागातील काही प्राण्यांच्या रात्रीच्या हालचाली आणि सवयी या विषयात डॉ. ट्यूटल संशोधन करीत होते. नाईट व्हिजन स्कोप वापरून बोरो, कोलोरॅडो येथील एका तळ्याजवळ डॉ. ट्यूटल यांनी निरीक्षणांसाठी

मुक्काम टाकला होता. तळ्याचे पृष्ठभागाजवळून ठराविक पद्धतीने झेपावून जाणारी वटवाघुळे त्यांचे लक्षात आली. ते विशिष्ट ध्वनी निर्माण करीत होते. आश्चर्य म्हणजे त्या ध्वनीकडे आकर्षित होऊन बेडूक पृष्ठभागाजवळ येताच त्यांना अलगद उचलून वटवाघुळे निघून जात होती! डॉ. ट्यूटल यांनी हा प्रकार तीन रात्री पाहिला आणि त्यांच्या मनात विचारचक्रे सुरू झाली. वटवाघळे पूर्ण मांसाहारी आहेत का? ते बेडकांना ध्वनीसंदेश पाठवून फसवू शकतात का? वटवाघळांचे उड्डाण आणि झडप सुसूत्रपणे कसे होऊ शकते? या प्रश्नांचा शोध घेण्यासाठी डॉ. ट्यूटल यांनी सतत दोन वर्षे परिश्रम घेतले; अनेक रात्री जागविल्या. नाईट व्हिजन स्कोप; टेपरेकॉर्डर यांचा वापर करून वटवाघळांच्या वैशिष्ट्यात काही वैचित्र्यांची भर घातली.

या संशोधनासाठी त्यांना दक्षिण मेक्सिको, पनामा, व्हेनेनझुएला, ब्राझिल, या देशांतील जंगलांच्या भागात मोहीम आखावी लागली. या संशोधनानुसार ट्रॅकोप्स सिरहोसस हे द्विनाम असलेले वटवाघूळ सफाईने बेडूक पकडून उपजीविका करते हे आश्चर्य सिद्ध झाले. डॉ. ट्यूटल यांनी अनेक प्रकारे संशोधन केले व त्यानुसार बेडूक पकडण्याची क्रिया पुढीलप्रमाणे सिद्ध झाली. रात्रीच्या वेळी तळ्याकाठी, पाण्याचे पृष्ठभागावर तरंगत असताना नर बेडूक स्वरकोशांमार्फत ध्वनीनिर्मिती करू लागतो. मादी बेडकाला आकर्षून घेणे, आपली जागा कळविणे हा त्यातील प्रमुख हेतू असतो. त्या तळ्याजवळच भक्ष्य शोधार्थ वटवाघळे उड्डाण करीत असतात. त्या ध्वनीलहरींचा अंदाज घेऊन वटवाघळे आपली उड्डाणाची दिशा पाण्याच्या पृष्ठभागाला समांतर घेतात. तोंड उघडे ठेऊन, बेडकांची जागा निश्चित हेरून अत्यंत झपाट्याने बेडकांवर झडप घालून जबड्यात घट्ट पकडून विरुद्ध दिशेने उड्डाण केले जाते.

याच संशोधनात अजून एक आश्चर्यकारक शोध निश्चित झाला. झेपावणारी वटवाघुळे खाण्यास योग्य आणि विषारी बेडूक (टोड) यांच्यातील फरक ओळखू शकतात. या विशिष्ट जातीच्या वटवाघुळांच्या तोंडावर दोन लांबट त्वचारोमक (स्कीन टीथ) असतात. त्या रोमकांचा क्षणैक होणारा स्पर्शसुद्धा बेडूक विषारी आहे किंवा नाही हे समजू शकतो! विषारी बेडूक असल्यास तोंड न मिटताच वटवाघूळ आकाशाकडे झेपावून, विषापासून आपली सुटका करून घेते!

डॉ. ट्यूटल यांनी आपले निरीक्षण निर्दोष करण्यासाठी, बेडूक भक्षक, वटवाघळे पकडली. त्यांना पिंजऱ्यात ठेवून उपाशी अवस्थेत बेडूक सोडण्यात आले तेव्हा वर उल्लेखलेल्या सर्व क्रिया पडताळून पाहता आल्या.

विषारी, बिनविषारी बेडकांच्या आवाजांचे रेकॉर्डिंग करून अगदी भुकेलेल्या वटवाघुळांना ते ऐकविण्यात आले. अर्थात त्यावेळी विषारी बेडकांच्या आवाजाकडे त्यांनी पूर्णपणे दुर्लक्ष केले! विषारी-बिनविषारी बेडकांच्या ध्वनिलहरी निर्मितीत जो सूक्ष्म फरक आहे तो ओळखण्याची विलक्षण क्षमताही वटवाघळात आहे हे सिद्ध झाले.

'ट्रॅकोप्स सिरहॉसस' जातीची ही विलक्षण वटवाघुळे विशेषकरून डास, धान्यांवर हल्ला चढविणारे कीटक, यांचाही फन्ना उडवितात. आंबा, पेरू, सिताफळ यासारख्या फळांमधील बिया योग्य जागी नेऊन टाकतात. या कारणांमुळे ते आश्चर्यकारक तितकेच उपकारक आहेत असे मत डॉ. ट्यूटल यांनी आग्रहाने मांडले आहे.

-*-*-*-

१९. सागरातील विलक्षण शिल्पकार - बीव्हर

उंदरासारखा भेदरलेला चेहरा, दोन अडीच फुटांचे चिंचोळे लांबट शरीर, भुरकट काळसर केसाळ कातडी, पुढील पाय बरेचसे आखूड, मागील पाय त्या मानाने थोडे लांबट, पायाची बोटे पसरट आणि त्यामध्ये कातडी पडदे, असा हा दिसायला ओंगळ, निरुपद्रवी बीव्हर प्राणी फारच कल्पक आणि तितकाच विध्वंसक असतो.

या सस्तन प्राण्याचे वजन सुमारे ४० ते ७० पौंड असते आणि पूर्ण वाढ झाल्यास त्याची चार फुटांपर्यंत लांबी होते. याचे दात अतिशय तीक्ष्ण असतात व त्यामुळे तो झाडे पोखरून विलक्षण करामत करू शकतो. उत्तर अमेरिकेच्या दोन्ही समुद्रकिनाऱ्यांपासून आलास्कापर्यंत विव्हर प्राणी मोठ्या प्रमाणात सापडतो. आस्ट्रेलियामध्ये सुद्धा थोड्या फार प्रमाणात आढळून येतो. पूर्ण वाढ झालेल्या

बीव्हरला शेपूट असते. त्याची फुप्फुसे भक्कम असतात. त्यामुळे श्वास रोखून तो पाण्यात अर्धा मैलापर्यंत सहज पोहू शकतो.

या प्रदेशातील ओक नि फर हे वृक्ष खूप उंच वाढतात. दिवसा बीव्हर त्या वृक्षांच्या बुंध्यावर हल्ला चढवितात आणि आवाज न करता विलक्षण वेगाने धारदार करवत चालविल्याप्रमाणे लाकूड कातरून टाकतात. झाडाचा ओंडका जमिनीवर पडला रे पडला की, पुन्हा त्याचे बारीक तुकडे करतात आणि ते पाण्यात नेऊन व्यवस्थित वीटा रचाव्यात त्याप्रमाणे रचून आडोसा करतात. त्यांचे घरही कल्पकतेने रचलेले असते. दोन्ही बाजूंनी चिंचोळा असा पोकळ वक्रमार्ग असतो व बरोबर मध्यभागी बीव्हरची राहण्याची जागा असते. शरीराने मोठ्या अशा कोणत्याही जलचर प्राण्याला आत सहज प्रवेश करणे कठीण असते. जेथे बीव्हर राहतो त्यावरील भाग पोकळ काटक्यांनी रचलेला असतो त्यामुळे त्याला श्र्वसन करता येते.

बहुधा तीन-चार बीव्हर्स एका घरात एकत्र राहतात. त्यापैकी एक बीव्हर ठराविक वेळाने घराच्या बाहेर फेरी मारतो व लाकडाच्या फटीत जास्त जागा दिसली तर पाणवनस्पती तोडून आणून त्या फटीमध्ये घालतो त्यामुळे पाण्याचा दाब सगळीकडेच सारखा राहतो. या घराच्या बाजूने लाकडांचे असेच एक कुंपण असते त्यामुळे पाण्याचा नि लाटांचा त्रास होत नाही.

काही भागातील बीव्हर्सची घरे दहा-बारा वर्षांपेक्षा जास्त टिकलेली असतात. कारण त्यावर चिखल, पाणवनस्पती यांचे लेप सतत दिले जातात. घराच्या

प्रवेशद्वारापुढे पंधरावीस फुटांचा चिंचोळा मार्ग - बोळ असतो. त्यामुळे दुसऱ्या प्राण्याला निश्चित घर सापडणे मुष्कील होते. बीव्हरच्या कुटुंबात प्रत्येकाला काम करावेच लागते. दोन वर्षांपेक्षा मोठा झालेला बीव्हर घर सोडून जातो व दुसरीकडे आपला संसार थाटतो. वर्षातील पाच-सहा महिने त्याचे आयुष्य अगदी निर्धास्त असते. कोवळी पाने, कोवळ्या पाणवनस्पती यावर त्याची उपजीविका होत असते. थंडीच्या सुरुवातीस कामाचा वेग वाढतो आणि झाडांच्या खोडाचे तुकडे घरात नेऊन साठविले जातात. बर्फ साठल्यानंतर त्याला घरात राहूनच खोड चघळावे लागते.

यास सुमारास त्याच्या केसाळ कातडीवर एक प्रकारचा चिकट द्रव पाझरतो त्यामुळे थंडीपासून त्याचे संरक्षण होते. समुद्राच्या खाड्यांमध्ये सुद्धा बीव्हरचा संचार असतो. खाड्यांचे पाणी चिंचोळ्या भागामध्ये ओंडके नि बांबू टाकून अडविले जाते. त्यामुळे तेथे तळी निर्माण होतात. त्यात मासे, कीटक वगैरेची अंडी टाकली जातात. त्याचा खाद्य म्हणून उपयोग करता येतो.

खार आणि मांजर यांच्यासारखा 'पाळीव प्राणी' म्हणून बीव्हर पाळता येतो. परंतु हल्ली मनुष्यच बीव्हरचा फार मोठा शत्रू झाला आहे. कारण त्याची कातडी व केस यांचा उपयोग फरकॅप्स, कोट यासाठी सर्रास केला जातो. विशेष करून बर्फाळ प्रदेशातील लोकांना संरक्षण मिळते म्हणून लक्षावधी बीव्हर्सची हत्या सातत्याने केली जाते आहे. आता त्यावर अमेरिकन सरकारने कायदेशीर बंदी घातली आहे.

असा आहे हा निरुपद्रवी व स्थापत्यकलेचे विलक्षण ज्ञान असलेला छोटुकला प्राणी.

-*-*-*-

२०. मासे पकडणारे अस्वल

स्वत:चे आवडते अन्न मिळविण्यासाठी काही सजीव विविधतापूर्ण कल्पकतेचा वापर करतात त्याचे निरीक्षण करण्यात प्राणीशास्त्रज्ञांना अतिशय आनंद होतो. ऊर्सूस आर्कटॉस या शास्त्रीय नावाने ओळखले जाणारे, अलास्काच्या बर्फाळ प्रदेशातील अस्वल म्हणजे विविधतेचा नमुना आहे. आठशे ते नऊशे पौंडापर्यंतचे वजन, भव्य आकार, तपकिरी रंग आणि डुलत डुलत चालणारा हा प्राणी. जुलै ते सप्टेंबर या काळात ठिकठिकाणच्या धबधब्याजवळ, तळ्याजवळ आढळतो. त्या सुमारास अलास्काच्या परिसरात उन्हाळा असल्याने बर्फ वितळून पाणी वाहात असते. त्या पाण्यात दीड-दोन फूट लांबीचे सालमन मासे वावरत असतात.

कमरे इतक्या पाण्यात, धबधब्याच्या भागात अस्वले शांतपणे दबा धरून बसतात. मासा दिसताच झटकन तोंड आत खुपसून माशाला पकडतात. मासा पकडल्यानंतर पंजे व तीक्ष्ण सुळ्यांच्या सहाय्याने त्याचे कातडे, खवले काढून टाकून मासाचा फन्ना उडविला जातो. या प्रकारे दिवसात तीस ते चाळीस

सालमन पकडण्याची क्षमता त्या अस्वलामध्ये असते. काही वेळेस श्वास रोखून ते अस्वल दीड मिनिटापर्यंत पाण्यात तोंड बुडवून बसते. टप्प्यात सॉलमन येताच त्याला पकडते.

ऑक्टोबरनंतर चार-पाच महिने बर्फ तयार झाल्याने सालमनची शिकार करता येत नाही. अशावेळी ती अस्वले जास्तीत जास्त काळ स्तब्ध पडून राहतात, त्यांची साठविलेली चरबी वापरली गेल्याने ती खूप कृश होतात असेही निरीक्षण नोंदविण्यात आले आहे.

-*-*-*-

२१. दलदलीतील हरीण

दलदलीतील हरणाची उंची असते अडीच ते तीन फुटांपर्यंत, तर वजन असते पस्तीस ते चाळीस किलोग्रॅम. त्याचा चॉकलेटी-भुरकट रंग असतो. त्याचे कान माणसाच्या तळहाताएवढे खोलगट, त्रिकोणाकृती पसरट असतात. आपल्या काटकुळ्या, परंतु भक्कम पायांनी ताशी पंचवीस-तीस किलोमीटर्स अंतर धावण्याची क्षमता असणारा हरिणाचा हा प्रकार 'कार्व्हस डुव्हायूसेली' या शास्त्रीय नावाने ओळखला जातो. जंगलातील गवताच्या भागात तो वावरत असतो. कान सदैव ताठ, तीक्ष्ण आणि आजूबाजूच्या ध्वनीचे ग्रहण करणारे असतात. मानेच्या खालच्या भागात भुरकट रंगाच्या केसांचा झुपका आणि दहा बारा सें.मी. लांबीची शेपूट यामुळे दलदलीय हरीण आकर्षक दिसते.

अनेक दशकांपर्यंत उत्तर भारतातील मोठ्या नद्यांच्या काठांवरील दलदलीच्या प्रदेशात, पश्चिम नेपाळ, पूर्व आसाम, नागालँड, मिझोराम येथील गवताळ भागात यांची संख्या भरपूर होती. परंतु रुचकर मांस आणि कातडीपासून टिकाऊ शोभिवंत वस्तू करण्याकरिता त्यांची मोठ्या प्रमाणात हत्या होत राहिल्याने आता

जगात यांची संख्या साडेचार ते पाच हजार एवढीच शिल्लक राहिलेली आहे. कान्हा राष्ट्रीय उद्यानात केवळ या प्रकारच्या हरिणांसाठी चारशे चौरस एकरांचा गवताळ प्रदेश आरक्षित करण्यात आलेला आहे. त्यामध्ये यांची संख्या पाचशे ते साडेपाचशे इतकी असून, त्यात हळूहळू वृद्धी होत आहे. या हरिणांची मादी साधारणत: दोन- तीन वर्षांनंतर एक पिलू जन्माला घालते. त्या पिलाची वर्षभर पूर्ण वाढ होईपर्यंत ते आईसमवेत राहते. या प्रकारच्या हरणाचे तळपाय अत्यंत नाजूक असल्याने ते डोंगराळ व खडकाळ भागात वावरू शकत नाहीत. त्यांना सपाट, गवताळ व ओलसर प्रदेश पसंत असतो.

-*-*-*-

२२. खेडुतांनी वाचविले नामशेष होणाऱ्या लँगूरला

पृथ्वीवरील प्रत्येक सजीवाचा जीवनमालिकेत कोणत्या तरी स्वरूपात उपयोग असतोच. एकमेकांवर अवलंबून असल्याने, साखळीतील एखादा घटक नष्ट झाल्यास त्याचे दूरगामी दुष्परिणाम कालांतराने आढळून येऊ लागतात. अर्थात, तोपर्यंत झालेली हानी पूर्ववत् करण्याच्या टप्प्याच्या पलीकडे पोहोचलेली असते.

वन्य जीव मोठ्या प्रमाणात दाट जंगलात, मानवाचा विशेष वावर नसलेल्या परिसरात आढळतात. त्या जंगलाच्या आजूबाजूस तुरळक खेडेगावी वस्ती,

शेतकरी-आदिवासी व्यक्ती आणि वेगवेगळ्या जमातींचे वास्तव्य असते. त्यांचे सर्व जीवन जंगलावर अवलंबून असते. जंगलातील हरतऱ्हेच्या वनस्पती, त्यांत वावरणारे वन्य प्राणी यांचे त्यांना पिढ्यान्‌पिढ्या अचूक ज्ञान असते. बऱ्याच ठिकाणी अनेकविध कारणांमुळे शेतीव्यवसाय फारसा तेजीत नसतो.

उपजीविकेसाठी जंगलांची तोड आणि आढळून येणाऱ्या वन्य जीवांची शिकार बिनदिक्कतपणे केली जाते. प्राण्यांची चोरटी हत्या करून त्यांचे मांसभक्षण करणे, याबरोबरच त्यांच्या अवयवांची विक्री करून पैसे मिळविणे, ही प्रथा सुरू झाली आहे. हस्तिदंत, गेंड्याची-सांबराची शिंगे, सुसरी-मगरींचे कातडे.....अशी अनेक उदाहरणे देता येतात.

ठरावीक परिसरातील जंगलात आढळणारे वन्य जीव आणि त्यांच्या जवळपास राहणारे खेडूत यांच्यात सामंजस्य घडवून आणण्याचा विचारप्रवाह गेल्या दहा-बारा वर्षांपासून ठिकठिकाणी सुरू झाला आहे. कितीही कायदे केले, चोरट्या वाहतुकीवर कडक निर्बंध अंमलात आणले, शिक्षा केली; तरी कायद्याने समस्या सुटत नाहीत, याचा अनुभव अनेक देशांमधून येत असतोच. त्यावर उपाय म्हणून परिसरातील खेडुतांना, आदिवासींना योग्य ते मार्गदर्शन करून 'तुम्हीच या वन्यसंपत्तीचे रक्षणकर्ते आहात' अशी जबाबदारी देऊन, जाणीव करून देऊन वन्य जीवांचे रक्षण चांगल्या प्रकारे करता येते. अशी उदाहरणे ठिकठिकाणी घडून येत आहेत, यशस्वी ठरत आहेत.

असाच एक यशस्वी प्रकल्प दक्षिण चीनमधील 'चाँगझुओ' प्रांतात डॉ. पॅन वॉनशाय नावाच्या प्राणिसंशोधकाने यशस्वी करून दाखविला. त्यांनी सातत्याने पाच वर्षे केलेल्या प्रयत्नांमुळे पांढऱ्या डोक्याच्या लँगूरच्या संख्येत आता भरपूर वाढ झालेली आहे. डॉ. वॉनशाय यांनी पृथ्वीच्या पाठीवर एकमेव परिसरात आढळणाऱ्या आणि झपाट्याने नष्ट होणाऱ्या पांडा प्राण्यावरही संशोधन केले. त्या प्राण्याची उपयुक्तता आणि वेगाने नष्ट होण्याची, चोरटी हत्या करण्याची प्रथा प्रयत्नपूर्वक थोपविली. त्याचा सुपरिणाम म्हणजेच पांडा प्राण्याला अभयदान मिळाले. त्यांच्या संख्येत वाढ होऊ लागली. तेच तत्त्व डॉ. वॉनशाय यांनी दक्षिण चीनमधील ग्वँकावॉक्सी प्रांतातील चाँगझुओ परिसरात वापरून खेडुतांच्या सक्रिय मदतीने पांढऱ्या डोक्याच्या लँगूरला अभयदान दिले. पृथ्वीवरील साधारणत: चारशे प्राण्यांच्या जाती नष्ट होण्याच्या मार्गावर आहेत. त्या यादीमध्ये 'व्हाईट हेडेड लँगूर' यांचा नंबर वरच्या क्रमाला आहे. या लँगूरची संख्या १९९० मध्ये दोन हजारच्या आसपास फक्त 'चाँगझुओ' परिसरातील अरण्यात होती.

हा परिसर साधारणत: ऐंशी चौरस किलोमीटर जंगलाचा असून, त्याच्या बाह्य भागात प्रामुख्याने शेतकरी, आदिवासी यांची संख्या सुमारे पंधरा हजार आहे. शेतीवर भागत नसल्याने जंगलाची तोड करणे, जंगलातील इतर घटकांपासून उपजीविका करणे, असे व्यवहार बिनदिक्कतपणे सुरू होते. परिणामत: त्या लँगूरची संख्या १९९६ मध्ये फक्त दोनशेच्या जवळपास शिल्लक राहिली. हीच प्रथा कायम राहिल्यास त्या विशिष्ट प्रकारच्या वानरसदृश प्राण्यांची पृथ्वीवरून कायमस्वरूपांत हकालपट्टी होईल, ते नामशेष होतील, असे स्पष्ट चित्र वॉनशाय यांना दिसू लागले.

त्यांनी चीन सरकारच्या वन विभागाच्या मदतीने कार्यकर्त्यांची टीम उभारून या लँगूरला वाचविण्याचे प्रयत्न ताबडतोब सुरू केले. प्रथमत: त्यांनी त्या वैशिष्ट्यपूर्ण लँगूरचे संपूर्ण छायाचित्रण करून त्याच्या फिल्म्स वेगवेगळ्या लहान वस्त्यांपासून सर्वांना दाखविण्यास सुरुवात केली. त्या प्राण्याच्या संदर्भात वेगवेगळी पोस्टर्स तयार करून लँगूर कसे नष्ट होत आहेत, त्यांची पिल्ले कशी बेवारस होत आहेत, हे अर्थपूर्ण पद्धतीने पटवून दिले. गरज भागविण्यासाठी जंगलातील लाकूडफाटा आदिवासी तोडत असत. त्याला पर्याय म्हणून ठरावीक पद्धतीची, जळण्यास उपयुक्त ठरतील अशी झाडे लावण्याची मोहीम त्यांनी हाती घेतली. त्या वृक्षारोपणात आदिवासी, खेडूत यांना सहभागी करून घेतले. त्या वृक्षांची वाढ करण्याची जबाबदारी त्यांच्यावर टाकण्यात आली. त्यासाठी अनुदान देण्यात आले. त्या परिसरातील खेडुतांच्या पिण्याच्या पाण्याची मोठी समस्या सोडविण्यासाठी सरकारतर्फे लहान-मोठे तलाव, विहिरी, वर्षभरात तयार करून देऊन मोठ्या प्रमाणात खेडुतांची मने जिंकून घेतली. आत्मविश्वास निर्माण केला. खेडुतांना साहित्य पुरवून, त्यांचे मनुष्यबळ वापरून चांगल्या दर्जाची घरबांधणी केली. त्या ठरावीक लँगूरचे तुम्हीच पालक आहात, तुमच्या मुलाबाळाप्रमाणे त्यांचे रक्षणकर्ते आहात; जगात तुम्हीच त्यांना वाचवून सर्व प्रकारचे भूषण, मानसन्मान प्राप्त करून देणार- अशा स्वरूपाची मोहीम राबविली. सन २००७ च्या मोजणीनुसार लँगूरची संख्या अडीच हजार झालेली आहे. तेथील शेतकऱ्यांच्या मदतीने राबवलेला हा सामाजिक प्रयत्न यशस्वी ठरला आहे.

-*-*-*-

२३. नष्ट झालेला केसाळ वूली मॅमॉथ

पृथ्वीवरील प्राणी-पक्ष्यांमधील विविधता अभूतपूर्व आहे. वाढती लोकसंख्या, विस्तारित जाणारी शहरे, कारखाने, रस्ते आणि त्यांच्यामार्फत सातत्याने घडणारे हवा, पाणी यांचे प्रदूषण-असा बदल पृथ्वीच्या वेगवेगळ्या भागांत घडून येत आहे. निसर्गाचा, नैसर्गिक परिसराचा समतोल ढासळत आहे. अनेक प्रकारच्या स्वार्थी हेतूंनी मानवाने वन्य सृष्टीवर केलेले आक्रमण, निसर्गचक्रानुसार पृथ्वीवर होत गेलेले बदल यांमुळे असंख्य प्रकारचे प्राणी-पक्षी पृथ्वीवरून कायमचे नष्ट झालेले आहेत.

नष्ट झालेल्या प्राण्यांचे अवशेष (फॉसिल्स) विविध प्रकारे जमिनीच्या थरांमध्ये खोलवर गाडले जातात. नैसर्गिक क्रिया संथ गतीने घडत जाऊन त्यांच्या शरीरातील मांस, कातडी कणाकणाने जमिनीत मिसळते. फक्त हाडांचा

सांगाडा शिल्लक राहतो. अशा वेगवेगळ्या अवस्थेत सापडलेल्या सांगाड्यांची पुनर्जुळणी करून, कार्बन तत्त्वप्रणाली आणि आधुनिक तंत्रज्ञान वापरून एके काळी पृथ्वीवर निश्चितपणे असलेल्या पण आता संपूर्णपणे नष्ट झालेल्या प्राण्यांची माहिती 'फॉसिल्स स्टडी'मार्फत प्राणिसंशोधकांनी सिद्ध केली आहे. त्या नष्ट झालेल्या प्राण्याचा आहार, शरीराचा आकार, ते कोणत्या कालखंडात वावरत होते, ते नष्ट होण्याची कारणे असा परिपूर्ण अहवाल तयार करून काही संग्रहालयांत फक्त नामशेष झालेल्या वन्य जीवांची मॉडेल्स ठेवली आहेत. नॅचरल हिस्ट्री, नॅशनल जिओग्राफिक, स्मिथसोनिअन म्युझियम, विश्व प्रकृती निधी (डब्ल्यू. डब्ल्यू. एफ.) इत्यादी जागतिक दर्जाच्या संस्थांमधून प्राणी व वनस्पतींच्या संदर्भात अत्यंत उपयुक्त कार्य कायम स्वरूपात केले आहे.

कॅनडातील व्हिक्टोरिया गावातील रॉयल ब्रिटिश कोलंबिया म्युझियममध्ये साकारलेल्या वूली मॅमॉथचे फोटो आवश्यक. हा प्राणी सुमारे सहा लाख वर्षांपूर्वी उत्तर कॅनडा, उत्तर युरोप, बेरिंग लँड या भागांत वावरत होता. पंधरा फुटांपर्यंत उंची, नऊशे किलोंच्या जवळपास वजन, तीन फूट लांबीचे शुभ्र दंत आणि अंगावर भरपूर काळे केस-असा वूली मॅमॉथ हा हत्तीचा पूर्वज होता. संपूर्ण शाकाहारी असलेल्या मॅमॉथला गवताच्या शोधार्थ स्थलांतरित व्हावे लागले असावे. हिमयुग सुरू झाल्यानंतर त्याची उपासमार होऊन उत्तर गोलार्धातून दक्षिणेकडे येताना इतर हिंस्त्र प्राण्यांनी त्याच्यावर हल्ले चढविले असावेत. अनेकविध कारणांनी संपूर्णपणे अस्तंगत झालेल्या वूली मॅमॉथसारख्या अनेक प्राण्यांची मॉडेल्स म्हणजे जीवसृष्टीचा इतिहास आहे.

❑❑❑

२४. देखणी अश्वजात वाचविताना...

अश्व ऊर्फ घोडा. मानवाच्या सान्निध्यात येऊन अगदी माणसाळलेला, माणसाच्या कुटुंबातील एक घटक बनलेला असा हा चतुष्पाद. गाय, कुत्रा, मांजर, म्हैस अशा काही प्राण्यांनीसुद्धा मानवाच्या कुटुंबात आपले वेगळे स्थान अनादि काळापासून प्रस्थापित केले आहे. त्या सर्वांमध्ये चपळ, लढाऊ असा घोडा हा प्राणी जास्त प्रमाणात घरात वास्तव्य करीत नाही; परंतु माणसाच्या जवळपास त्याचा सदैव वावर असतो.

अगदी प्राचीन काळापासून- किंबहुना, मानवाच्या सांस्कृतिक इतिहासापासून अश्वांचा उल्लेख अपरिहार्यपणे करण्यात आलेला आहे. श्रीकृष्णाने अर्जुनाच्या रथाचे सारथ्य करताना अनेक अश्वांना सांभाळत-सांभाळत गीतेमधील रहस्य- आयुष्याचे सार त्याला समजावून दिले. अनेक प्रकारच्या लढाया, युद्धे घोड्यावरूनच करण्यात आली. ज्याचे घोडदळ जबरदस्त, तो यशस्वी-हा न्याय शतकानुशतके चालत आला. अरबी जातीच्या घोड्यावरून तर युरोप, मध्य आशिया, भारत या

प्रदेशांमध्ये अनेक राजा-महाराजांनी आपले साम्राज्य उभारले.

राणा प्रतापचा 'चेतक' घोडा, शिवछत्रपती शिवाजीमहाराजांची घोडी, राणी लक्ष्मीबाईची घोडे स्वारी तर इतिहासात अजरामर झाली आहेत. अनेक शतके केवळ अश्वावरून इतिहासाची पानेन् पाने संघर्षाची साक्षीदार झालेली आहेत. पृथ्वीच्या पाठीवर वेगवेगळ्या भौगोलिक परिसरांतील अश्वांच्या जाती म्हणजे त्या संस्कृतीचा एक अविभाज्य घटक ठरला आहे.

योद्ध्यांचे अश्वारूढ पुतळे देशादेशांच्या कोनाकोपऱ्यात भूषणावह झाले आहेत. इतिहासाचे ज्वलंत उदाहरण, मर्दानी बाणा, स्वातंत्र्याचा उन्मेष पिढ्यान् पिढ्या जागृत ठेवण्यासाठी योद्धांचे अश्वारूढ पुतळे कसबी कारागिरांनी तयार करून आपल्या वैयक्तिक आयुष्याची सर्वोच्च कमान गाठली.

मानवाची बुद्धी सर्व दिशांनी प्रगतिशील असते. दळणवळण, मर्दानीपणा दैनंदिन आयुष्यातिल उपयोग याचा अविभाज्य घटक झाल्यानंतर अश्वशर्यती हा एक विजिगिषु आविष्कार मानवी संस्कृतीमध्ये यशस्वी झाला. ग्रीक, रोमन, रेड इंडियन्स, माया, ॲझटेक, मुस्लिम संस्कृतींमध्ये अश्वशर्यतींचा वापर मर्दानी व्यक्तिमत्त्वाशी पूर्णपणे निगडित ठरला.

दमदार, देखणा, सातत्य टिकवणारा अशा प्रकारचा अश्व चांगल्या प्रकारे निर्माण करण्याकडे मानवाचे लक्ष केंद्रित होऊ लागले. दर्जेदार अश्वांची निर्मिती करताना पिढ्यान्‌पिढ्या सातत्य टिकविणारे प्राणी- या प्रकारे अश्वांच्या कुटुंबाची ओळख करण्यात येऊ लागली. दर्जेदार अश्वांचे प्रजनन करण्यासाठी प्राणिसंशोधक, त्यांचे ट्रेनर्स, इतर देखभाल करणारे, घोड्यांच्या आजारांवर उपाय योजणारे वैद्यकतज्ज्ञ, आहारतज्ज्ञ अशी मालिकाच साकारली. जातिवंत अश्वांची निर्मिती हा एक व्यवसाय झाला. राजे-राजवाडे, अतिश्रीमंत व्यक्तींकडे किंमतवान अश्वांचे संच उभे राहू लागले. अश्वांच्या शर्यतींना सामाजिक मान्यता मिळाली. कोट्यावधी रुपयांची बक्षिसे वाटली जाऊ लागली. अश्वशर्यती हा एक प्रकारचा जुगार गेल्या दीडशे वर्षांत सर्व जगात मान्यताप्राप्त झाला. जातिवंत घोड्यांची किंमत पंधरा-वीस लाख रुपयांपर्यंत पोहोचली.

एखादे घराणे आपला पूर्वेइतिहास अभिमानाने जतन करून ठेवते. लिखित स्वरूपात नोंदविते. त्याचप्रमाणे अश्वांची कुंडली, कौटुंबिक माहिती संकलित करण्याचे एक शास्त्र निर्माण झाले. घोड्याच्या आई-वडिलांच्या कुटुंबाची माहिती शास्त्रशुद्ध पद्धतीने एकत्रित करून ठेवण्यात आता आमूलाग्र प्रगती झालेली आहे. कोणत्या जातीच्या घोड्याचे संकरण कोणत्या जातीसमवेत केले असता

नवा अत्यंत दर्जेदार, देखणा, अश्व निर्माण होईल याचा अंदाज व्यक्त करणारे, त्यानुसार निर्माण करणारे आणि त्या नवागताची सर्वतोपरी देखभाल करणारे, त्यांना योग्य ते शिक्षण देणारे व्यावसायिक आता समाजात उच्चभ्रू म्हणून ओळखले जातात.

अशाच प्रकारचा एक जातिवंत, तरतरीत, हुशार, देखणा अश्वप्रकार राजस्थानच्या वाळवंटी प्रदेशात मारवाड भागांत अस्तित्वात होता. त्या अश्वप्रकाराला 'मारवाडी अश्व' या नावानेच ओळखले जात असे. शरीरावर अत्यंत मुलायम, काळ्याभोर रंगाची चकचकीत लोकर, उंच, शिडशिडीत, काटक, काळे पाय आणि खुरांकडील पांढरा शुभ्र रंग जणू काही पांढरे स्वच्छ मोजे परिधान केले आहेत! निमुळता, लांबट आकाराचा चेहरा, कपाळावर पांढरा दिमाखदार पट्टा अन् खोलगट, टोकाकडे त्रिकोणी आकार असलेले अतिशय तरतरीत कान असा मारवाडी जातीचा अश्व, राजस्थानमधील मारवाड प्रांतातील झुनझुनू परिसराचे मोठे आकर्षण होते. दुंदवाड या राजघराण्याने गेली दोन दशके या अभूतपूर्व अश्वाच्या जातीचे पालन-पोषण केले.

त्या राजघराण्याचे ऐश्वर्य, श्रीमंती, केवळ मारवाडी अश्वांवर अवलंबून होती. त्यांच्या संख्येवरून दुंदवाड राजघराणे इतिहासात नोंदले गेले आहे. परंतु अनेक कारणांमुळे अश्वाची ही जात नामशेष होऊ लागली. अगदी तीस-चाळीस अश्व शिल्लक राहिले. त्यांची नवी निर्माण होणारी पिढी कमकुवत ठरू लागली. रोगांना बळी पडू लागली. ही सर्व व्यथा फ्रान्सिस्का केली नावाच्या अमेरिकन अश्वतज्ज्ञ संशोधिकेच्या लक्षात आली.

मारवाडी जातीच्या अश्वांना अभयदान देण्यासाठी त्यांची योग्य प्रकारे निर्मिती करण्यासाठी फ्रान्सिस्काने गेली दहा वर्षे अपरंपार प्रयत्न केले आहेत. दुंदवाड राजघराण्याशी संबंध प्रस्थापित करून, अमेरिकेतील मिलीवॉकी प्रांतात तो अश्व नेण्यात यश मिळविले. अनेक प्रकारच्या अडी-अडचणींवर मात करून अमेरिकेत नेऊन त्या अश्वजातीवर शास्त्रीय संशोधन करण्याचा पराक्रम म्हणजे तिच्या प्रयत्नांची महान गाथा आहे. अमेरिकेत सजीव प्राणी प्राणी नेण्यात असंख्य अडचणी असतात. तेथील सरकार, पशुवैद्यकीय खाते, परराष्ट्र खाते यांच्याशी झुंज देऊन फ्रान्सिस्काने आता ही अश्वजात वाचविण्यात संपूर्ण यश मिळविले आहे.

-*-*-*-

२५. किंकॉजोऊस - वेगळा निशाचर

साधारणत: एक-दीड फुटाचे, तीन-साडेतीन किलो वजनाचे शरीर, सात-आठ इंचांची झुपकेदार शेपूट, आत वळलेल्या नख्या असणारे चार पाय, चेहऱ्याचा आकार साधारणत: कोल्ह्यासारखा, सदैव उंच वृक्षांवरील फांद्यांवर- विशेषकरून फुलांच्या झुपक्याजवळ आढळणारा, तांबूस-करड्या रंगाची भरपूर लोकर असणारा, असा हा विस्मयकारक प्राणी शोधून काढण्यास प्राणिसंशोधकांनी तब्बल पाच वर्षे खर्च केली.

मध्य आणि दक्षिण अमेरिका खंडातील काही जंगलांमध्ये एक प्रकारचा विस्मयकारक, काहीही माहिती नसलेला, फक्त रात्रीच्या गडद अंधारात वावरणारा एक प्राणी आहे- एवढीच प्राथमिक माहिती प्राणिशास्त्रज्ञांचा उत्साह जागृत करण्यास कारणीभूत ठरली. सातत्याने मागोवा घेणे केवळ आव्हान म्हणून स्वीकारण्यात आले.

सन १९९० पासून न्यूयॉर्क सेट विद्यापीठाचे प्राणिशास्त्रज्ञ रॉलेंड क्लेस,

त्यांचे सहाध्यायी मॅटिआस क्लम, प्रमुख छायाचित्रकार यांनी स्थलांतरित प्राण्यांच्या संदर्भात संशोधन करण्याचा प्रकल्प हाती घेतला होता. त्यामध्ये विशेष करून मध्य अमेरिका प्रदेशातील होंडुरास, निकाराग्वा, कोस्तारिका, पनामा या देशांचा समावेश होता. या देशांबरोबर कोलंबिया, उत्तर ब्राझील, इक्वेडोर, व्हेनेनझुएला या देशांमधील जंगलांचाही समावेश करण्यात आला होता.

सर्व प्रदेशातील असलेल्या जंगलांमधील वन्य प्राणी, तेथील हवामान, प्राण्यांच्या सवयी, त्यांचे स्थलांतर, विविध प्रकारच्या वनस्पती यांची प्राथमिक माहिती संकलित करण्यात आली होती. दिवसाच्या सूर्यप्रकाशात मुक्काम करून छायाचित्रण करणे, निरीक्षण करून नोंदी करणे- यासारखी वाटचाल सुरू होती. या वाटचालीत बहुरंगी पोपटाच्या जातीशी साधर्म्य असणारे, जंगलात विशिष्ट प्रकारचा ध्वनी निर्माण करणारे 'पाराक्रिट' पक्षी संशोधकाचे लक्ष्य ठरले. 'पाराक्रिट' पक्षी अत्यंत आकर्षक असून ते थव्याने उड्डाण करतात.

उंच वृक्षावरील फुलांच्या झुपक्यातील मध शोषण्यासाठी, बिया खाण्यासाठी त्यांचा वावर मोठ्या प्रमाणात होत असतो. त्यांच्यामार्फत परागसिंचनही घडते. साधारणत: जमिनीपासून तीस-पस्तीस फूट उंचीवरील फांद्यांवर त्यांचा वावर असतो; परंतु त्यांचे वसतिस्थान कोठे असते, याची माहिती मिळत नव्हती. त्यासाठी ठरावीक ठिकाणी गडद अंधारातही छायाचित्रण करू शकतील असे 'रिमोट कंट्रोल' कॅमेरे लावण्यात आले. मध्य पनामामधील जंगलात लावलेल्या कॅमेऱ्यामार्फत रॉलेंडला आश्चर्यकारक माहिती प्राप्त झाली. ठरावीक फुलांच्या झुपक्यांच्या जवळील खोडावर ओरखडे उठले होते. फुलांमधील मकरंद शोषला गेलेला होता. जवळपासच्या शेंगा सालासकट फस्त केलेल्या होत्या. त्या एकंदर निरीक्षणावरून पक्ष्यांपेक्षा वेगळ्या प्राण्याचा तेथे वावर असावा, हे निश्चित झाले. तो प्राणी कोणता असावा, तो निशाचर आहे किंवा नाही, त्या प्रदेशात वानरांची वस्ती नाही- मग कोणत्या स्वरूपाचा प्राणी असावा, जमिनीपासून तीस-चाळीस फुटांवर सहजपणे वावरणारा तो प्राणी धारदार नख्या किंवा तीक्ष्ण दात यांसारखी रचना असल्याने मांसाहारी सवयींचा असावा काय- इत्यादी अनेक समस्यांची मालिका त्यांच्या समोर उभी राहिली. या प्रकारच्या खाणाखुणा ठेवणारे प्राणी फक्त पनामाच्या जंगलात आढळल्याने शास्त्रज्ञांना तेवढ्याच प्रदेशात निरीक्षण करणे आवश्यक ठरणार होते. सुमारे दोन वर्षांच्या कालावधीत जंगलाच्या २०० चौ. किमीच्या प्रदेशात सखोल संशोधन केल्यावर बालसा प्रकारच्या वृक्षांवर त्या प्राण्यांच्या हालचाली भरपूर प्रमाणात असतात, याचा ठोस पुरावा मिळाला.

त्यानुसार वेगवेगळ्या ठिकाणी रिमोट कॅमेरे लावण्यात आले. सन १९९६ मध्ये त्या कॅमेऱ्यांतील छायाचित्रांनुसार साधारणत: दीड-दोन फूट लांबीचा, धारदार नख्या असणारा, झुपकेदार शेपटीचा आणि संपूर्णपणे निशाचर असलेला कोणता तरी प्राणी तेथे वावरत आहे, हे निश्चित झाले. शास्त्रज्ञांनी बरीच चर्चा केली, अनुमानांची देवाण-घेवाण केली; परंतु वेगळ्या प्रकारचा प्राणी सर्वांनाच अज्ञात असल्याने रहस्यात भर पडली. धारदार नख्या असल्याने तो सरपटणारा प्राणी नाही हे निश्चित झाल्यावर मात्र संशोधनाला गती प्राप्त झाली. दिवसा तो प्राणी कोठेही आढळत नसल्याने तो प्राणी पकडण्यासाठी उंचावर पिंजरे लावण्यात आले. त्यात प्रथम मांसाचे तुकडे, सुकलेले तसेच ताजे मासे (फिश) ठेवण्यात आले; परंतु अपयश हाती आले. तो प्राणी मांसाहारी नाही, हे समजल्यावर संशोधकांमध्ये जास्तच आश्चर्याची भर पडली.

अखेर १९९७च्या डिसेंबर महिन्यात पनामाच्या जंगलात तो प्राणी मधयुक्त फुलांकडे आकर्षित होऊन पिंजऱ्यात अडकला. त्याचबरोबर मध्य पनामामधील सोबरनिया राष्ट्रीय आरक्षित जंगलातही तसेच दोन प्राणी पिंजऱ्यात सापडले. त्यांना तात्पुरती बेशुद्धी आणून त्यांच्या सर्व शारीरिक तपासण्या करण्यात आल्या. त्यांच्या शरीरांत रेडिओ कॉलर्स यंत्र अडकवून पुनश्च जंगलात सोडण्यात आले. तो संपूर्ण शाकाहारी स्वरूपाचा प्राणी कोवळी फुले, त्यांतील मध, उंबरासारखी फळे, कोवळ्या शेंगा यांचा अन्न म्हणून उपयोग करतो. 'पोटॉस फ्लॅवस' असे त्याचे शास्त्रीय नाव असून किंकाजोऊस या नावाने तो त्या प्रदेशातील आदिवासींना ज्ञात आहे. साधारणत: पाळीव मांजराप्रमाणे भासणारा हा रहस्यमय प्राणी दिवसाउजेडी वृक्षांच्या ढोल्यांमध्ये निद्राधीन असतो. शंभर फूट उंचीपर्यंत त्यांचा वावर सहजपणे आढळतो. तीक्ष्ण नख्या, पुढील सुळे अणकुचीदार असूनही तो शाकाहारी आहे! फुलांमधील मध मात्र तो अत्यंत सफाईदारपणे चाटून फस्त करतो. पृथ्वीवरील असा एक आगळा, रहस्यमय प्राणी शोधण्यास संशोधकांचे अपार श्रम, अत्याधुनिक साहित्य करणीभूत ठरले.

-*-*-*-

२६. पिवळ्या डोळ्यांचा लेमूर

　　मादागास्कर बेटाच्या उजव्या, डाव्या बाजूला घनदाट जंगल आहे. या जंगलातील झाडावर निवासाला असणारा एक अजब प्राणी आहे. घनदाट जंगलातील झाडेच त्याचे सगे-सोबती असतात. रुंद खोडावर नाचायचं, बागडायचं अन् थकलं की, मस्तपैकी गर्द पालवीवर अंग टाकून द्यायचं. लेमूर त्याचं नाव. पाळण्यातलं. लेमूर दिवसाची रात्र अन् रात्रीचा दिवस करतो. म्हणजे काय की, दिवसभर झाडाच्या दाट फांदीवर झोपायचं अन् रात्र सुरू झाली की उठायचं. एका फांदीवरून दुसऱ्या फांदीवर चालत जायचं- तेही अंधारात. अळ्या, भुंगे अन् इतर पक्ष्यांची हालचाल कानावर पडली रे पडली की, त्याला अन्न सापडल्याचा आनंद होतो.

कसा असतो हा प्राणी? वटवाघळासारखा चेहरा, लांबट नाक, पिवळ्या रंगाचे डोळे, उभे कान, गडद काळा रंग. शेपटी जाड वळलेल्या दोरीसारखी, शोभा न देणारी. शेपटीला काही काम नसल्यानं उगीचच ओझं वाहिल्यासारखं वाटणं साहजिकच आहे.

लेमूरच्या दाताला कठीण कवचाची फळे आवडतात. सुळ्यासारख्या दातांनी नारळ फोडणं त्याला आवडतं. सगळ्यात गंमत म्हणजे, नजर फार तेज नसल्याने त्याचा ध्वनिपटलावर अधिक विश्वास असतो. ध्वनीच्या ज्ञानानुसार अचूक हालचाली करण्याचे शास्त्र त्याला अवगत आहे. त्याच्या बाबतीत हिंदी महासागराच्या पट्ट्यातील जंगलात राहणाऱ्या आदिवासी जमातीत भय पसरलेले आहे. अंधश्रद्धा फक्त भारतातच आहे, असे नाही. हा लेमूर नावाचा प्राणी ज्याला दिसेल, त्याला मृत्यू लवकर येतो- असा समज असल्याने तो प्राणी संपवून टाकण्याकडे आदिवासी जमातीचा कल वाढला आहे. फ्रान्स लांटिंग नावाच्या संशोधकाने हा समज दूर करण्याचं काम हाती घेतलं असले, तरी लेमूरची संख्या घटतच चालली आहे. काही जण त्याला मादागास्करीदेखील म्हणतात. त्याचे कारण असे सांगितले जाते की, मादागास्कर नावाचे बेट हिंदी महासागरात आहे. तेथे तो वास्तव्य करतो, म्हणून काही जणांनी त्याला बेटाचं नाव दिले आहे.

असा हा वटवाघळासारखा चेहरा अन् वानरासारखं अंग घेऊन आलेला प्राणी स्वतःच्याच तालात जगतो, राहतो अन् मरतोदेखील.

-*-*-*-

२७. कानटोपीवालं 'तांबूस माकड'

वानराच्या जाती अनेक. जाती तेवढे प्रकार. इंडोनेशिया या देशात जन्माला आलेल्या एका वानराच्या जातीला प्राणिसंग्रहालयात मोठी मागणी आहे. वानराशिवाय बोर्निओ बेटावरील जंगलात एका वेगळ्या ठेवणीचे माकड आहे. एक नाही, अनेक; नाही, हजारोंच्या संख्येने ही जात टोळी करून असते. एकट्या-एकट्याने फिरणं त्यांना आवडत नाही. चाल धीमी असते. शत्रूची चाहूल लागली की कसे पळायचं, ते कळतं. त्यांची वस्ती सुरक्षित ठिकाणीच असते. कसं दिसतं, कसं असतं या माकडाचं शरीर? रंगानं असतं तांबूस. कानटोपी घातल्यासारखा चेहरा. वजन पंचवीस किलोंच्या आसपास. गमतीदार असतो नाकाचा शेंडा अन् उंची असते कमीत कमी. सत्तर से.मी नाकाचा शेंडा

असतो, झाडाच्या पानासारखा. काळपट रंग असतो बोटांना. हातमोजे घातल्यासारखे हात दिसतात. कानांवर मात्र केसांचे जावळ असते. शेपटी असते लांब-लांब, वळवळणारी. तोंडात असतात गर असलेली फळे. राजपुत्रासारखं असतं सारं. स्वतःच स्वतःचे असतात राजे. त्यांना जमिनीवरून चालणं आवडत नाही. झाडावरून उड्या मारणं, फांदीला झोका देणं आवडते. वैयक्तिक आवड-निवड ते जपतात, भाऊबंदाला ते जपतात. मोठ्या फांदीवर असते त्यांची झोपायची सुंदर जागा. फांदी असते आरामखुर्चीप्रमाणे. कडक उन्हात झोपणं त्यांना खूप-खूप आवडतं. आराम करीत-करीत ऊन पितात. 'प्रोबोस्कीस' ही माकडाची जात आपल्या भारतात सापडत नाही, म्हणून त्याला आपलं नाव नाही. इंग्रजांनी त्याचं बारसं केलं आणि इंडोनेशियातील प्राणी-प्रेमींनीही त्याचं बारसं केलं. आता त्यांचा भाव वधारलाय. जगभरातील प्राणी संग्रहालयात ते राहायला गेलेत. पासपोर्ट, व्हिसा सगळं त्यांना मिळतं. रांग लावावी लागत नाही. इन्कमटॅक्स रिटर्न भरावा लागत नाही. विमानात पुन्हा वेगळी सोय. आहे की नाही गम्माडी गंमत तांबूस माकडाची.

-*-*-*-

२८. त्रिकोणी शिंगांचा गेंडा

अजस्त्र देहाचा, धीम्या गतीचा. पायापासून खांद्यापर्यंत अंगावर मांसच मांस असते. रंग तुकतुकीत काळा. तेराशे किलो वजन. पाहता क्षणी समोर असणाऱ्या प्राण्यांच्या काळजाचे ठोके वाढतात. घसा कोरडा पडतो. असा हा पायापासून खांद्यापर्यंत पोलादी प्राणी म्हणून ओळखला जाणारा गेंडा आफ्रिकेच्या गवताळ प्रदेशात वास्तव्य करतो. 'डिसे रॉस बिकार्निस' असे या गेंड्याला प्राणिशास्त्रात म्हणतात. तो ओळखला जातो तो त्याच्या शक्ती-प्रदर्शनासाठी. त्याला मानेच्या मागच्या बाजूस त्रिकोणी आकाराचे, तर पुढच्या बाजूस काहीसे तलवारीसारखे दिसणारे शिंग असते. त्याची दोन्ही शिंगे कॅक्टसच्या झाडासारखी दिसतात. त्या शिंगांना समोर पोझिशन घेऊन शक्ती एकवटून तो धडक मारतो. त्या धडकेनं समोरच्या प्राण्याला तो यमसदनाचा रस्ता दाखवतो. माणूस, हत्ती व

इतर प्राण्यांना चिरडून मारण्यात तो पटाईत असतो. तसा हा संपूर्ण शाकाहारी प्राणी. हिरव्या गवतावर त्याची भिस्त असते. अचंबा वाटावे इतके नर व मादीतील प्रेम पारदर्शी असते. चोवीस तास जोडीनेच वावरणे गेंडा पसंत करतो. गेंड्याच्या बाळाचे वजन जन्मत: दीडशे किलो असते.

स्वार्थी माणसापासून त्याला केव्हा केव्हा दगाफटका होतो. शोभिवंत वस्तू बनविण्यासाठी त्याला शिंगे हवी असतात. कातड्यापासून बॅगा तयार करतात. यासाठी त्याची हत्या होत असते.

-*-*-*-

२९. तिरंगी मेक्सिकन पोपट

　　त्याच्या मानेचा भागाचा रंग गडद पिवळा असतो. शरीराच्या इतर भागांतील पिसे चमकदार, मखमली, काळ्या रंगाची असतात; तर चोचीचा रंग गर्द हिरवा असतो. अशा वैशिष्ट्यपूर्ण तिरंगी पोपटाच्या जातीतील मेक्सिकन टॉऊर्केन पक्षी अनेक वर्षे पिंज‍र्‍यातून प्रदर्शनात ठेवण्याची पद्धत अमेरिकेत होती. दाट जंगलातील या आकर्षक पक्ष्याला खुबीदारपणे पकडून आणण्यात आदिवासी लोकांना भरपूर उत्पन्न मिळत असे. अशा प्रकारच्या गैरव्यवहारांमुळे टॉऊर्केन पक्ष्यांची संख्या रोडावली असून, केव्हिन शॉफर यांच्या अंदाजानुसार, मेक्सिकोच्या जंगलात

यांची संख्या दीड हजारांच्या आसपास शिल्लक असावी. त्यांना अभयदान देण्यासाठी मेक्सिकन सरकारने कडक कायदे केलेले आहेत.

सुमारे पन्नास ते साठ सेंमी. लांबी असलेला गुबगुबीत आकाराचा हा पक्षी उंच वृक्षांवरील वरच्या बाजूच्या फांद्यांवर वास्तव्य करतो. याचे वजन एक ते दीड किलोग्रॅम इतके भरते. याच्या शरीराचा आकर्षक रंग आणि चोचीचा वैचित्र्यपूर्ण आकार यामुळे टॉऊर्केन अतिशय लोकप्रिय ठरतो. याची चोच सुमारे दहा ते बारा सें.मी. लांब असून, चोचीचा वरचा भाग कमानीप्रमाणे असतो. चोचीचे पुढील टोक चॉकलेटी रंगाचे असून मागील भागाचा रंग केशरी असतो. मोठ्या आकाराची रंगीत चोच टाऊर्केनच्या वैचित्र्यपणात भर टाकते. मध्यम आकाराची फळे एकदम तोडून चोचीच्या पोकळीत तो त्यांचा भुगा पाडत जातो. पंखांत विशेष बळ नसल्यामुळे हा पक्षी जास्त दूरपर्यंत उड्डाण करू शकत नाही.

-*-*-*-

३०. रंगीबेरंगी कीटक

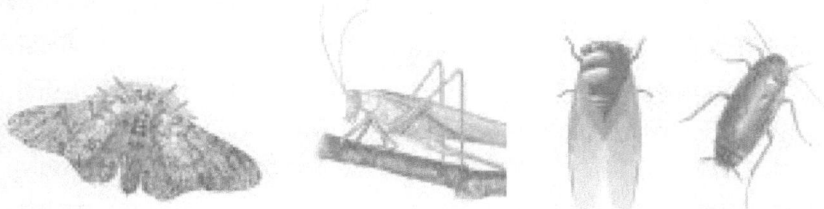

प्राणिसृष्टीतील कीटकवर्गीयांचा गट अतिविशाल आहे. शरीराचे तीन भाग, तोंडाच्या बाजूस स्पर्शकिस, पायांच्या तीन जोड्या आणि पारदर्शक पंखांमार्फत उड्डाण करू शकणारे- असे सर्वसाधारण गुणधर्म कीटकांमध्ये आढळून येतात. डास, गांधीलमाशी, नाकतोडे, घरमाशी, भुंगे, लाल मुंग्या, वाळवी, झुरळ या त्रासदायक कीटकांमार्फत विशेष रोगसाथी पसरणे; धान्य, कपडे, वस्तू यांची नासधूस होणे इत्यादींमुळे त्यांचा नायनाट करण्याचे उपाय योजावे लागतात.

या पार्श्वभूमीवर विलक्षण रंगसंगती असणारी फुलपाखरे, रात्रीच्या अंधारात उडणारे काजवे, पावसाळ्याच्या सुरवातीला आढळून येणारे रंगीत किडे, हे मात्र प्राणिसृष्टीतील अनोखा ठेवा ठरतात. कीटकांच्या शरीरात ल्यूसीफेरिन, ल्यूसीफरेज आणि इतर वेगवेगळ्या प्रकारची संप्रेरके तयार होतात. संप्रेरकांवर हवेतील बाष्प, बाह्य तापमान इत्यादींचा रासायनिक परिणाम होतो. त्यांपासून रंगनिर्मिती होते.

सर्व प्रकारचे प्रदूषण, वाढती लोकसंख्या, नष्ट होणारी जंगले इत्यादी अनेकविध घडामोडींमुळे वन्य सृष्टी आकसत चाललेली आहे. साधारणतः १९७० पासून दुष्परिणाम करणाऱ्या घटकांचा जोर निसर्गामध्ये वाढल्याने कीटकांच्या जीवचक्रावरही घाला घातला जात आहे. काही कीटकांच्या प्रजाती कायमस्वरूपी नष्ट होण्याच्या टप्प्यावर पोचल्या आहेत.

रंगीबेरंगी, प्रकाशनिर्मिती करू शकणाऱ्या कीटकांचा शोध घेण्यासाठी

प्रा. रोनाल्ड केव्ह, तज्ज्ञ छायाचित्रकार डेव्हिड हॉक्स यांनी १९९२ पासून संशोधन मोहिमा सुरू केल्या. प्रा. केव्ह हे त्रिनिदाद विद्यापीठातील कीटकशास्त्र विषयाचे नामवंत संशोधक आहेत, तर हॉक्स यांनी दाट जंगलांत भ्रमंती करून वन्य जीवांचे छायाचित्रण करण्याच्या छंदात प्रावीण्य मिळविले आहे. ब्राझीलमधील जंगलात संशोधन करताना त्यांना कीटकवर्गाबद्दल विशेष समाधानकारक माहिती मिळाली नाही. नाउमेद न होता त्यांनी आपल्या संशोधनांची दिशा मध्य अमेरिकेच्या प्रदेशांकडे वळविली.

काही प्राथमिक निरीक्षणानुसार, त्यांना होंडुरास देशाच्या उत्तर भागातील जंगलांमध्ये कीटकांच्या विविधतेबद्दल सुगावा लागला. होंडुरास हा देश बेलिझ, ग्वाटेमाला, एल् साल्व्हाडॉर, निकाराग्वा इत्यादी लहान देशांनी वेढलेला आहे. होंडुरासच्या उत्तर दिशेकडे कॅरेबिअन सागर पसरलेला आहे. या प्रदेशांतील सागरी हवामान, विस्तारलेला जंगली भूप्रदेश आणि अद्यापही आधुनिक सुधारणांचा तुफानी वेग तेथे न पोचल्यामुळे होंडुरासमधील जंगलसंपत्ती बऱ्याच प्रमाणात अबाधित राहिली आहे. रोनाल्ड केव्ह यांनी उत्तर होंडुरासमधील क्युस्को पायको पिजॉल, राष्ट्रीय उद्यानांच्या प्रदेशामध्ये, संशोधन मोहीम सुरू केली.

त्यांच्या श्रमाला १९९८ पासून आश्चर्यकारक पद्धतीने चांगले यश प्राप्त झाले. दैवयोगाने त्या जंगली भागात राहणाऱ्या काही आदिवासी जमातींशी त्यांचा संपर्क आला. त्यांतील काही आदिवासी रंगीत किडे पकडून प्लॅस्टिकच्या डब्यांत आठवड्याच्या बाजारात विक्रीसाठी आणतात, याची माहिती त्यांनी मिळविली. त्या आदिवासी गटाशी मैत्री करून, त्यांच्याकडून चार-पाच डॉलरना किडे विकत घेऊन त्यांनी जंगलात भ्रमंती करण्यासाठी मार्गदर्शन मिळविले. उंच वृक्षांवर रंगीबेरंगी फुलपाखरे मोठ्या प्रमाणात आढळून येत होती, परंतु रोनाल्डचे लक्ष कीटकांकडे जास्त प्रमाणात होते. जंगलात जास्तीत जास्त आतपर्यंत भ्रमंती केल्यानंतर आश्चर्यकारक पद्धतीने, जमिनीवर साचलेल्या पानांच्या ढिगाऱ्यांमध्ये रंगीबेरंगी कीटक आढळून येऊ लागले. त्यांचा उत्साह द्विगुणित होऊ लागला. क्रिसिनिआ प्रजातीमधील विविध रंगांचे उपप्रकार साधारणतः दोनशे चौरस किलोमीटर क्षेत्राच्या प्रदेशात त्यांना आढळून आले.

त्यामध्ये काहींचा रंग पोपटी हिरवागार होता. चांदीप्रमाणे चकाकणारे, क्रिसिनिआ केव्हीई कीटकांत मागील पायांवर लाल गडद ठिपके, तर पुढील पायांवर गर्द निळे पट्टे; काही कीटकांच्या पाठीवर लाल, हिरव्या, पिवळ्या रंगांचे ठिपके- अशी प्रचंड विविधता आढळून आली. जास्त संशोधन केल्यानंतर

समजले की, या कीटकांची जीवनक्रिया जमिनीवर साचलेल्या पानांच्या पुंजक्यांत किंवा भुसभुशीत ओलसर मातीत सुरू होते. सूक्ष्म आकाराची असंख्य अंडी घातली जातात. अळी अवस्थेत कुजलेल्या पानांचे भक्षण होते. सुमारे पंधरा दिवसांनी पूर्ण वाढ झालेल्या अळीचे रूपांतर कोषात होते. कोष फोडून वाढ झालेला रंगीत कीटक बाहेर पडतो.

बाष्पयुक्त वातावरण, बाह्य उष्णतेमध्ये घडणारा बदल यामुळे त्यांच्या बाह्य त्वचेवरील रंगात कशा प्रकारे बदल घडतो, नयनरम्य रंगसंगती कशी तयार होते, याची आश्चर्यकारक माहिती त्यांना संकलित करता आली. क्रिसिनिआ स्पेक्टाबिलिस हा संपूर्णपणे गर्द हिरव्या पंखांचा आणि पायांचा निळा रंग असणारा आकर्षक कीटक उड्डाण करण्यापूर्वी पंखांची कशा प्रकारे वैशिष्ट्यपूर्ण हालचाल करतो- जणू काही विमानाचा टेकऑफ् घेतल्याप्रमाणे पोझिशन घेतो, याचेही छायाचित्रण करता आले.

होंडुरासच्या जंगलातील संशोधनानुसार, सुमारे दीडशे प्रकारचे विलक्षण रंगसंगती असणारे कीटक त्यांना आढळून आले. जंगलांचा अनेक कारणांनी होणारा नाश, जंगलतोड यामुळे तेथील पर्यावरण उद्ध्वस्त होत आहे. तळातील ओलसर जमीन उजाड होत आहे. या कारणांमुळे ही अत्यंत दिलखेचक, रंगतदार कीटकसृष्टी नष्ट होण्याच्या मार्गावर आहे, ही शंका त्यांनी व्यक्त केली.

-*-*-*-

३१. चमचमते काजवे

कीटकांच्या लक्षावधी जाती, उपजाती आहेत. त्यांच्यातील विविधता कल्पनेपलीकडील आहे. त्यातील मोजक्याच उपजाती स्वयंप्रकाशित आहेत. फुलपाखरे, भुंगे यांसारख्या कीटकांच्या पंखांच्या रंगांत विलक्षण स्वरूपाची विविधता असते. रंगाच्या विविधतेवरून आणि आकारावरून फुलपाखरांचे प्रकार असतात. फुलपाखरांचे सुमारे आठ हजार प्रकार कीटकशास्त्रज्ञांना ज्ञात आहेत. निसर्गनियमांनुसार, त्यातील काही उपजाती पृथ्वीवरून नाश पावल्या आहेत.

काजवा (फायरफ्लाय) हा कीटक मात्र सखोल संशोधनाचा विषय ठरला आहे. काजव्याच्या शरीरातील ग्रंथींमधून ल्यूसीफेरिन नावाचे रासायनिक द्रव्य बाह्य त्वचेवर पसरते. त्या द्रव्याचा ऑक्सिजनशी संपर्क आला की, त्याचा परिणाम म्हणजेच, तो भाग प्रकाशमय बनतो. यालाच काजव्याचे चकाकणे म्हणतात. 'काजव्याचे चकाकणे' या विषयावर ईस्टर्न मॅसाच्युसेट्स विद्यापीठातील कीटकसंशोधक डॉ. सारा ल्युविस यांनी संशोधन केले आहे. नर आणि मादी

मुख्यत्वेकरून एकमेकाला आकर्षित करून घेण्यासाठी चकाकण्याची प्रक्रिया करीत राहतात. काजव्याच्या चकाकण्याच्या पद्धतीमधील फरक आणि लागणारा वेळ यांवरून काजव्यांच्या सहा उपजाती डॉ. ल्युविस यांनी निश्चित केल्या आहेत. साधारणत: वयात आलेला नर आणि मादी काजव्यांमध्ये ल्यूसीफेरिनची निर्मिती सुरू होते. जेव्हा प्रजननकाळ सुरू होतो, तेव्हा मादीच्या शरीरातून ल्यूसीफेरिन जास्त प्रमाणात निर्माण होते.

काजव्यांमधील फोटिनिअस ग्रिनी, पायरॉक्टोमिएना अँग्युलाटा आणि फोटोरिस या तीन उपप्रकारांमधील चकाकणे जास्त प्रखर, पद्धतशीर असते, असे त्यांच्या लक्षात आले. त्या चकाकण्याच्या प्रक्रियेवर त्यांनी सातत्याने चार वर्षे संशोधन केले. मादीचे लक्ष एकाच वेळी वेगवेगळ्या नरांच्या चमकण्याकडे असते. त्यातील सुमारे तीन सेकंदांपर्यंत चकाकण्याची क्रिया करणाऱ्या नरांकडे मादी आकर्षित होते. सरासरीने दहा नरांच्या चकाकण्याकडे लक्ष देणारी मादी अचूकपणे एकाच नराला निवडते आणि समागमक्रिया घडते. याविषयी डॉ. ल्युविस यांनी व त्यांच्या सहकाऱ्यांनी आश्चर्य व्यक्त केले आहे. समागम झाल्यानंतर नराच्या शरीरातील प्रथिनयुक्त द्राव मादीच्या शरीरात पाठविला जातो. त्या प्रथिनांमार्फत अंड्यांचे व्यवस्थित पोषण घडते. आश्चर्य म्हणजे, फोटोरिस प्रकारातील काजवा दुसऱ्या नर काजव्याला मारून त्याच्या शरीरातील प्रथिनांचे शोषण करतो. ते जास्तीचे भरपूर साठवलेले प्रथिन मादीच्या शरीरातील अंड्यांचे पोषण करण्यास, फलित अंड्यांतील नवजीव योग्य प्रकारे वाढण्यास उपयुक्त ठरते. वेगवेगळ्या प्रकारांतील माद्यांना प्रयोगशाळेत घेऊन, कॉम्प्युटरमार्फत कंट्रोल लायटिंग (चकाकणे) निर्माण करून त्याला प्रतिसाद कसा दिला जातो, याचेही निरीक्षण करण्यात आले. आश्चर्य म्हणजे, अशा कृत्रिम चकाकण्याला माद्या प्रतिसाद देत नाहीत! ल्यूसीफेरिनमार्फत हवेत एक प्रकारचा गंध निर्माण होत असावा यावर कीटकसंशोधक प्रयोग करीत आहेत.

-*-*-*-*-

३२. व्हर्मिलिअन फ्लायकॅचर

व्हर्मिलिअन फ्लायकॅचर या १५ सेंटिमीटर लांबीच्या पक्ष्याच्या नराचा शेंदरी रंगाचा तुरा असतो. त्याचा पोटाचा भागही शेंदरी असतो. मादी नराप्रमाणेच असते. फक्त तिचे पोट पांढरे किंवा गुलाबी असते. तो पिट्-पिट् किंवा पीट्-अ-विट् अशा शिळा घालतो. नदीकाठच्या किंवा रस्त्याच्या कडेच्या झुडपात त्याचे वास्तव्य आढळते. धागे, पिसे, कोळ्याचे जाळे यांचा वापर करून बनवलेल्या याच्या घरट्यात दगडफुलासारख्या वनस्पतींचे आच्छादन केलेले आढळते. झुडपाच्या आडव्या फांदीच्या बेचक्यात त्याचे घरटे बांधलेले असते. अमेरिकेच्या टेक्सास प्रांतात हा पक्षी सहजपणे दृष्टीस पडतो. माणसाळलेला असतो.

-*-*-*-

३३. नदीला पंख फुटतात

पृथ्वीवरील जीवसृष्टी केवळ अमाप आहे. विशेषकरून पक्षी, कीटक, मासे यांच्यातील विविधता, उपजाती, शारीरिक वैशिष्ट्ये शोधून काढताना संशोधकांना नवनवीन आश्चर्यांचा उलगडा होतो. यांतील काही घडामोडी पृथ्वीच्या ठरावीक भौगोलिक प्रदेशात घडत असल्याने मात्र शास्त्रज्ञांना अपार कष्ट करावे लागतात.

अगदी अलीकडे कीटकसंशोधकांना एक विलक्षण घटनाक्रम आढळून आला सातत्याने केलेल्या संशोधनानुसार तो निश्चित झाला आहे व तो म्हणजे, ठरावीक कीटकांचे लक्षावधींच्या संख्येने पुनरुत्पादन आणि काही तासांच्या अंतराने त्यांतील फक्त नरकीटकांचा हजारोंच्या संख्येने तत्काळ मृत्यू. ही विलक्षण घटना घडते ती पूर्व युरोपातील हंगेरी देशातील 'टिझसा' नदीवर. हंगेरी हा संपूर्ण कम्युनिस्ट राजवटीखालचा देश चहूबाजूंनी बंदिस्त आहे. क्रोएशिया, सर्बिया, रूमेनिया, स्लोव्हाकिया, ऑस्ट्रिया ह्या देशाच्या सीमांनी. हंगेरी देशाच्या

पूर्व भागांतून 'टिझसा' ही उत्तर-दक्षिण वाहणारी नदी काही अंतरावर प्रख्यात 'डॅन्यूब' नदीला मिळून अंतर्धान पावते.

'टिझसा' नदीवर ज्या प्रकारच्या कीटकाचा आयुष्यातील नाट्यमय भाग पाहता येतो, त्याचे शास्त्रीय नाव आहे 'पॅलिजिनिअल लाँजीकाऊडा'. यालाच सामान्य भाषेत 'मेफ्लाय' म्हणून संबोधले जाते.

आपल्याकडे आढळणाऱ्या चतुर कीटकांप्रमाणे याचा आकार असतो. फक्त मृत्यूच्या आधी काही दिवस यातील नरांच्या पंखांचा रंग गडद निळसर बनतो. नराच्या शरीराचा आकार सरासरीने दोन-अडीच इंचाचा असतो, परंतु त्याच्या शेपटीला दोन फाटे फुटलेले असतात. नराच्या शेपटीचा आकार मादीच्या शेपटीपेक्षा जास्त लांब, मोठा असतो. शेपटीची लांबी सुमारे चार-पाच इंच असून, त्यावर लहान-लहान केस असतात. शेपटीची लांबी मूळ शरीरापेक्षा जास्त असल्याने उडताना तो अत्यंत आकर्षक दिसतो. बुडापेस्ट विद्यापीठातील कीटकसंशोधक प्रा. जोसेफ स्टाईनपेत्री यांनी या वैचित्र्यपूर्ण शरीर बदल घडणाऱ्या कीटकाच्या जीवनक्रमाचे तब्बल आठ वर्षे चिवट निरीक्षण करून कीटकजगातील एक आश्चर्य सचित्र सिद्ध केले. हे आश्चर्य खऱ्या अर्थाने आगळे-वेगळे आहे. टिझमा नदीच्या पात्रात या आश्चर्यकारक मालिकेला सुरुवात होते. प्रथम पोटाच्या भागात हजारो पांढऱ्या ठिपक्यांप्रमाणे दिसणारी अंडी घेतलेली मादी नदीच्या पात्रावरून उड्डाण करू लागते. ठरावीक मोसमात नराच्या शरीरात एक प्रकारचा विशिष्ट द्राव तयार होतो. तो द्राव मादीच्या शरीरात प्रवेशल्याशिवाय अंड्यांमध्ये जीवधारणा होऊ शकत नाही. तो रासायनिक द्रवपदार्थ मादीच्या शरीरात सोडण्यासाठी त्यांचे शारीरिक मीलन होते. हे मीलन झाल्यानंतर सुमारे तीन ते चार तासांत नर कीटक मरून जातो. साधारणत: दोन ते तीन आठवड्यांत मादीच्या शरीरातील सर्व अंडी फलित होतात. मादी नदीच्या पृष्ठभागाजवळून उड्डाण करताना फलित अंडी नदीत टाकते. जणू काही आपल्या शरीरातील वजन कमी करून ती हलकी बनते.

फलित अंडी हळूहळू नदीच्या तळात जाऊन साचतात. त्यानंतर दहा ते बारा दिवसांत फलित अंड्यात अळी तयार होते. अंडे फोडून बाहेर येते आणि नदीच्या भुसभुशीत मातीत, वाळूत, सुमारे चार-पाच इंच खोलवर गाडून घेते. अळीची सुप्तावस्था अडीच ते तीन वर्षांच्या कालखंडाची असते.

अशा सुप्तावस्थेत ती स्तब्ध पडून असते. नदीच्या पाण्यात विरघळलेला ऑक्सिजन त्वचेमार्फत शोधून घेऊन तिच्या शरीरात बदल घडत असतो.

अडीच वर्षांनंतरच्या सुप्तावस्थेतून शेवटी तिचे कीटकात रूपांतर होते. कोशात कीटकाचे-मे-फ्लायचे शरीर मावू शकत नाही. कोशासकट मे-फ्लाय पृष्ठभागावर येते. कोश कुरतडून त्यातून सुटका करून घेऊन हवेत उड्डाण करू लागते.

हवेतील उड्डाण होत असताना, आजूबाजूच्या फुलांमधील मध शोषून घेताना, परागसिंचन करीत असताना नर व मादी यांच्या शरीरात अंत:ग्रंथीत बदल घडत राहतो. साधारणत: तीन वर्षांनंतर सप्टेंबर महिन्याच्या दुसऱ्या आठवड्यानंतर टिझसा नदीच्या परिसरात लक्षावधीच्या संख्येने मादी मेफ्लायचे उड्डाण सुरू होते. प्रथम काही दिवस नदीच्या काठाकाठाने घडणारे उड्डाण आता नदीच्या पात्रावर-पाण्याच्या पृष्ठभागावर दिसून येते. त्या वेळी जणू काही नदीच्या पृष्ठभागाला छोटे-छोटे पंख फुटल्यासारखे दृश्य दिसू लागते.

ते दृश्य दिसू लागताच अत्याधुनिक कॅमेरे ठिकठिकाणी स्थिर करून शास्त्रज्ञांची, जवळपासच्या गावकऱ्यांची तेथे ये-जा वाढते. साधारणत: ऑक्टोबरच्या तिसऱ्या आठवड्यात त्या भागात गर्द निळसर रंगाचे नरकीटक - नर मेफ्लाय दिसू लागतात. तेव्हा तर छायाचित्रकारांची झुंबड उडते. मादीचा पाठलाग नर सुरू करतात. त्यांचे शारीरिक मीलन नदीच्या पृष्ठभागाच्या जवळपास किंवा संथ पाण्यावरसुद्धा घडते. त्यावेळी लक्षावधीच्या संख्येने नदीच्या पृष्ठभागाला पांढरट, निळसर पंख फुटल्याचे दृश्य विलोभनीय ठरते. रासायनिक द्राव मादीच्या शरीरात टोचल्यानंतर नर विकलांग होतो. पाण्यात पडतो, मृत होतो. ही संख्या हजारोंच्या संख्येत असते.

त्या मृत कीटकांचा फन्ना उडविण्यासाठी पाण्यातील मासे, लांब चोचीचे पक्षी मोठ्या संख्येने येतात. त्या मेजवानीचा लाभ घेतात. याच वेळी लक्षावधींच्या संख्येने फलित अंडी झालेल्या, पंखांचा रंग सोनेरी पिवळसर असलेल्या माद्या एकदम उड्डाण करून नदीच्या पन्नास-साठ चौ. की. मी. प्रदेशात लुप्त होतात. त्या फक्त अडीच वर्षांनंतरच्या कालखंडानंतर दिसू लागतात. केवळ तीन तासांच्या अवधीत मादीशी समागम साधणाऱ्या व मृत्यू पावणाऱ्या नर मेफ्लाय वर हंगेरियन भाषेत काव्यही निर्माण झाले आहे.

-*-*-*-

प्राचार्य (नि.) अनिल दांडेकर

१) माध्यमिक विज्ञान अध्यापक, नू. म. वि. प्रशाला - २२ वर्षे

२) प्राचार्य, एम.आय.टी. स्कूल, कोथरूड, पुणे - १२ वर्षे
भ्रमणध्वनी - ७७९८६४९३०३

* शिक्षण संचालक, अंदमान- निकोबार यांचेतर्फे त्सुनामीग्रस्त विद्यार्थी, अध्यापकांना मार्गदर्शक म्हणून पोर्ट ब्लेअर येथे वास्तव्य केले. त्सुनामीची वैज्ञानिक माहिती संकलित केली.

* नैसर्गिक आपत्ती व्यवस्थापन या विषयावर विशेष अभ्यास. 'त्सुनामी लाटां'ची सीडी, नकाशे यांच्यासह माहितीपूर्ण ५०० पेक्षा जास्त व्याख्याने दिली. त्सुनामीसंदर्भात जनजागृती करण्याचा नावीन्यपूर्ण उपक्रम राबविला. आजपर्यंत सुमारे एक लाख व्यक्तींपर्यंत 'त्सुनामी'ची परिपूर्ण माहिती दिली.

* भारतात आणि चीन, जपान, इजिप्त, रशिया, ब्रिटन या देशांमध्ये अभ्यास दौरे. वॉशिंग्टन येथील जगविख्यात नॅशनल जिओग्राफिक संस्थेला अभ्यासभेट. क्रीडा वार्ताहर म्हणून भारतीय संघाबरोबर अपंग खेळाडूंच्या आंतरराष्ट्रीय क्रीडा स्पर्धांना न्यूयॉर्क येथे सहभाग. (१९८४)

* पुणे- एव्हरेट २०१२ गिरिप्रेमीच्या मोहिमेत सक्रिय सहभाग. दोन विद्यार्थी १९ मे २०१२ रोजी एव्हरेस्टविजेते ठरले.

पुढील विषयांवर मनोरंजक व्याख्याने-

१) चीनची अतिप्रचंड भिंत, जपानमधील हिरोशिमा येथील अणुबॉम्बचा संहार. चीन, जपानची संस्कृती-सामाजिक ओळख सीडीच्या साह्याने करून देणे.

२) इजिप्तचे पिरॅमिड्स, सुएझ कालवा, सहारा वाळवंट यांचे अनुभव.

३) नेपाळ, यशस्वी एव्हरेस्ट मोहीम २०१२ चे सादरीकरण.

४) वृत्तपत्रे, मासिके यांतून विज्ञान, भौगोलिक माहिती, क्रीडा, प्रवास इत्यादी विषयांवर तीन हजार लेख प्रसिद्ध. ज्ञान आणि मनोरंजन, जनरल नॉलेज विषयांवर सहा पुस्तके प्रसिद्ध.

* विविध शैक्षणिक कार्याबद्दल ६ जानेवारी २०१० रोजी पुणे महानगरपालिकेने विशेष गौरव पदक देऊन सन्मानित केले.